அப்பா

சிறுவனாக இருந்தபோது...

அலெக்சாந்தர் ரஸ்கின்

மொழிபெயர்ப்பு: நா.முகம்மது செரீபு

மறுவரைவு: ஈஸ்வர சந்தானமூர்த்தி

சித்திரம்: ராம்கி

BOOKS FOR CHILDREN

APPA SIRUVANAAGA IRUNTHAPOTHU... (In Tamil)

Alexandar Raskin
Tranlation by: N. MOHAMED SHERIF
Rewrite: Eswara Santhana Moorthy
First Published : December, 2013

Published by
BOOKS FOR CHILDREN
im print of Bharathi Puthakalayam
7, Elago Salai, Teynampet, Chennai - 600 018
Email: thamizhbooks@gmail.com | www.thamizhbooks.com

நன்றி: ராதுகா பதிப்பகம், மாஸ்கோ, (1988)

அப்பா சிறுவனாக இருந்தபோது
அலெக்சாந்தர் ரஸ்கின் | மொழிபெயர்ப்பு: நா. முகம்மது செரீபு
மறுவரைவு: ஈஸ்வர சந்தானமூர்த்தி | சித்திரம்: ராம்கி
முதல் பதிப்பு: டிசம்பர், 2013

வெளியீடு:

BOOKS FOR CHILDREN

புக்ஸ் ஃபார் சில்ரன்
பாரதி புத்தகாலயத்தின் ஓர் அங்கம்
7, இளங்கோசாலை, தேனாம்பேட்டை, சென்னை - 600 018
தொலைபேசி : 044-24332424, 24332924, 24356935

விற்பனை உரிமை

பாரதி புத்தகாலயம்

7, இளங்கோ சாலை, தேனாம்பேட்டை, சென்னை - 600 018

விற்பனை நிலையம்

திருவல்லிக்கேணி: 48, தேரடி தெரு
வடபழனி: பேருந்து நிலையம் எதிரில் அடையார் ஆனந்தபவன் மாடியில்
பெரம்பூர்: 52, குக்ஸ் ரோடு | **ஈரோடு:** 39, ஸ்டேட் பாங்க் சாலை
திண்டுக்கல்: பேருந்து நிலையம் | **நாகை:** 1, ஆரியபத்திரபிள்ளை தெரு
திருப்பூர்: 447, அவினாசி சாலை | **திருவாரூர்:** 35, நேதாஜி சாலை
சேலம்: பாலம் 36/1 அத்வைத ஆஸ்ரமம் சாலை, | **சேலம்:** 15, வித்யாலயா சாலை
மயிலாடுதுறை: ரசாக் டவர், 1J,கச்சேரி சாலை | **புதுக்கோட்டை:** வடக்கு ராஜா வீதி
மதுரை: 37A, பெரியார் பேருந்து நிலையம் **அருப்புக்கோட்டை:** 31, அகமுடையார் மகால்
மதுரை: சர்வோதயா மெயின்ரோடு, | **குன்னூர்:** N.K.N வணிகவளாகம் பெட்போர்ட்
செங்கற்பட்டு:1 டி., ஜி.எஸ்.டி சாலை | **விழுப்புரம்:** 26/1, பவானி தெரு
திருநெல்வேலி: 25A, ராஜேந்திரநகர் | **விருதுநகர்:** 131, கச்சேரி சாலை
கும்பகோணம்: 352, பச்சையப்பன் தெரு | **நெய்வேலி:** பேருந்து நிலையம் அருகில்
வேலூர்: S.P. Plaza 264, பேஸ் II, சத்துவாச்சாரி | **விருதாசலம்:** 511A, ஆலடி ரோடு
தஞ்சாவூர்: காந்திஜி வணிக வளாகம் காந்திஜி சாலை | **தேனி:** 12,பி, மீனாட்சி அம்மாள் சந்து, இடமால் தெரு | **கடலூர்:** பாரதி பஜார், பழைய அண்ணா மேம்பாலம்
கோவை: 77, மசக்காளிபாளையம் ரோடு, பீளமேடு | **திருச்சி:** வெண்மணி இல்லம், கரூர் புறவழிச்சாலை | **திருவண்ணாமலை:** முத்தம்மாள் நகர்,
நாகர்கோவில்: கேவ் தெரு, டோத்தி பள்ளி ஜங்ஷன் | **பழனி:** பேருந்துநிலையம்
சிதம்பரம்: 22A/ 18B தேரடி கடைத் தெரு, கீழவீதி அருகில்
மன்னார்குடி: 12, மாரியம்மன் கோவில் நடுத்தெரு, கீழப்பாலம்

ஆசிரியரிடமிருந்து ஒரு வார்த்தை

அன்புள்ள குழந்தைகளே,

இந்தப் புத்தகத்தை நான் எழுத நேர்ந்தது எப்படி என்பதை உங்களுக்குச் சொல்ல விரும்புகிறேன். எனக்கு சாஷா என்று ஒரு மகள் இருக்கிறாள். இப்போது அவள் பெரிய சிறுமி. அவள் தன்னைப் பற்றி பேசுகின்ற போது அடிக்கடி கூறுவாள்:"

"நான் சின்னவளாக இருந்த போதும் "சரி, சாஷா மிகவும் சின்னவளாக இருந்த போது அடிக்கடி நோய்வாய்ப் பட்டாள். அவளுக்குக் குளிர்ச்சுரம் கண்டது. தொண்டைக் கட்டு ஏற்பட்டது, காதில் புண் வந்தது. உங்களுக்குக் காதில் எப்போதாவது புண் வந்திருந்தால்,அது எப்படி வலிக்கும் என்பது உங்களுக்குத் தெரியும். அப்படி வந்ததில்லை என்றால், விளக்குவதில் பயனில்லை. ஏனெனில் உங்களால் ஒரு போதும் புரிந்து கொள்ளவே முடியாது.

ஒரு முறை சாஷாவின் காது மிக மோசமாகப் புண்ணாகிப் போனது. பகல் முழுக்கவும், இரவு முழுக்கவும் அவள் அழுதாள். அவளால் தூங்க முடியவில்லை. அவளுக்காக நான் மிகவும் வருந்தியதால் நானே அழுவதற்குக் கூடத் தயாராக இருந்தேன். ஆகவே அவளுக்குப் பல்வேறு புத்தகங்களைப் படித்துக்காட்டவும், வேடிக்கைக் கதைகளைச் சொல்லவும் செய்தேன். நான் சிறுவனாக இருந்தபோது என்னுடைய புதிய பந்தைக் காருக்கு அடியில் எப்படி வீசி எறிந்தேன் என்பதைப் பற்றி அவளுக்கு ஒரு கதை சொன்னேன். அந்தக் கதையை சாஷா மிகவும் விரும்பினாள். தன் அப்பாவும் ஒரு காலத்தில் சிறுவனாக இருந்தார். அவரும் குறும்புகள் செய்து தண்டிக்கப்பட்டார் என்பதை அறிய அவள் வியப்புற்றாள். அந்தக் கதையை அவள் நினைவு வைத்திருந்தாள். அவள் காது வலிக்கத் தொடங்கும் போதெல்லாம், கத்துவாள்:" அப்பா, அப்பா! என் காது வலிக்கிறது! நீங்கள் சிறுவனாக இருந்ததைப் பற்றி எனக்கு ஒரு கதை சொல்லுங்கள்." ஒவ்வொரு முறையும் அவளுக்கு நான் ஒரு கதை சொல்வேன்.

அவை எல்லாவற்றையும் இந்தப் புத்தகத்திலே நீங்கள் காண்பீர்கள். எனக்கு நேர்ந்த எல்லாவிதமான வேடிக்கை நிகழ்ச்சிகளையும் நினைவு படுத்த நான் முயன்றேன். ஏனெனில் நோயுற்ற சிறுமியை முறுவலிக்கச் செய்ய விரும்பினேன். மேலும் பேராசையுடனோ, தற்புகழ்ச்சியுடனோ, தலைக்கனத்துடனோ நடப்பது நல்லதல்ல என்பதை எனது சிறுமி புரிந்து கொள்ள விரும்பினேன். நான் எப்போதுமே அப்படி இருந்தேன் என்பது பொருளாகாது. சில நேரங்களில், என்னால் கதை ஒன்றைச் சிந்தித்துப் பார்க்க முடியாதபோது, எனக்குத் தெரிந்த வேறு அப்பாக்களிடமிருந்து ஒன்றை நான் கடன் வாங்குவேன். எப்படியிருந்தாலும் ஒவ்வொரு அப்பாவும் ஒரு காலத்தில் சிறு பையனாக இருந்தவர் தானே. ஆகவே இந்தக் கதைகளில் எவையும் கற்பனை செய்யப்பட்டவை அல்ல என்பதைக் காண்பீர்கள். இவை எல்லாமே சிறுவர்களுக்கு நேர்ந்தவைகளே.

இப்போது சாஷா பெரிய சிறுமியாகி விட்டாள். அவள் நோய்வாய்ப்படுவதில்லை. எல்லா பெரிய புத்தகங்களையும் அவளால் தானாகவே படிக்க முடியும்.

ஆனால், ஓர் அப்பாவுக்கு அவர் சிறுவனாக இருந்த போது என்ன நடந்தது என்பதைப் பிற குழந்தைகள் ஒரு வேளை அறிய விரும்பக் கூடும் என்று நினைத்தேன்.

நான் சொல்ல விரும்பியது எல்லாம் இதுதான். ஆனால் பொறுங்கள்! மற்றொன்றும் இருக்கிறது. இந்தப் புத்தகத்திற்கு இன்னும் அதிகமிருக்கிறது. உங்களில் ஒவ்வொருவரும் எஞ்சியதை நீங்களாகவே கண்டுபிடித்துக் கொள்ள முடியும். ஏனெனில் உங்களுடைய அப்பாவும், அவர் சிறுவனாக இருந்த போது நடந்ததைப் பற்றி உங்களுக்குச் சொல்லக் கூடும். அது போல உங்கள் அம்மாவும் கூற முடியும். அவர்களுடைய கதைகளையும் கூடக் கேட்பதற்கு நான் விரும்புவேன்.

எல்லா நலனும் விளைக என வாழ்த்தும்

உங்கள் நண்பன்

ஏ. ரஸ்கின்

கவனிக்க மறுக்கும் திசைகளிலெல்லாம் முளைத்து கிடக்கும் கதைகள்

கதைகள் நம்மிடம் முற்றிலுமாக அற்றுப் போய்விட்டதோ? என பல சமயங்களில் அச்சமடைய வேண்டியிருக்கிறது. நம்முடைய வீடுகள் தோறும் அநேகமாய் கதைகள் குறைந்துபோய்விட்டது. ஆயிரம் கதைகள் மனதுக்குள் கால்பாவி நடந்தாலும், கதை சொல்லும் ஆர்வமும் நம்மைவிட்டு வெகுதூரம் போய்விட்டதோ? என்றும் நினைக்க வேண்டியிருக்கிறது.

காலையில் வீட்டில் இருந்து வெளிக்கிளம்பி, மாலை வீடு திரும்பும் வரையிலும், நம்மைச் சுற்றி நிகழும் அனைத்தையுமே கதைகளாக்க நம்மால் முடியும். அக்கதைகளை நம் வீட்டு சாப்பாட்டு அறையில் வைத்து சப்புக்கொட்டி சுவைக்கவும் இயலும். ஆனால் இவை எல்லாவற்றையும் நாம் ஏனோ செய்யத் தயங்குகிறோம். உறவுகளுக்குள் அதிகரித்து வரும் இடைவெளிகள் கூட இப்படியான தயக்கத்திற்கு ஒரு வித காரணமாய் இருக்கவும்கூடும். (இந்த இடைவெளியை ஏற்படுத்தியதற்கு வணிகரீதியான ஊடகங்கள் பொறுப்பேற்றால் நல்லது)

வகுப்பறை, ஆசிரியர், பாடப்புத்தகம், வீட்டுப்பாடம், பயிற்சி வகுப்புகள், அம்மா, அப்பா, மற்ற உறவுகள், தொலைக்காட்சி, கணினி போன்ற அனைத்தும், நேரடியாகவும், மறை முகமகாவும் குழந்தைகள் மீது, குப்பைகளை திணித்துக் கொண்டு தானிருக்கின்றன. ஆனால் குழந்தைகளோ, தங்களுடைய அகத்தையும், புறத்தையும் எப்பொழுதும் பரிசுத்தமானதாகவே வைத்திருக்கிறார்கள். நாம் கொட்டும் குப்பைகளால், அவர்களுடைய சிறகு வலியெடுக்கிறது. பறக்க வாய்க்காது சிதைந்தும் போகிறார்கள். ஒவ்வொரு முறையும், எல்லாவற்றையும் புதிதாகவே பார்க்க விரும்பும், அவர்களது கண்களையும் சோர்வடைய வைத்து விடுகிறோம். இவ்வளவு குற்றங்களையும் பெரியவர்களாகிய நாம் செய்துவிட்டு, குழந்தைகள் மேல் முறையிடுகிறோம். இயல்பான அவர்களின் கற்பனைகளை,

ஒடித்து எறிந்துவிட்டு, அறிவு என்கிற பாரத்தை, மிக அதிகளவில் அவர்களது மூளைக்குள் இறக்கிவிட துடிக்கிறோம். பேசுதலும், பறத்தலுமாக மகிழ்ச்சியோடு இருக்கவேண்டிய அவர்களின் உலகத்தை நாம் எப்படி எல்லாமோ நாசமாக்குகிறோம்.

மனிதர்கள் அல்லாத பிறவற்றிடம் குழந்தைகளை வளர்க்கும் பொறுப்புகளை விட்டு விட்டு நாம் அநேகமாய் ஒதுங்கிக் கொள்கிறோம். வகுப்பறைகளும், கதை சொல்லும், கதை கேட்கும் பொறுப்புகளை எப்போதோ இழந்துவிட்டு மதிப்பெண் எனும் மாயச்சுமைக்குள் சிக்கித்தவிக்கிறது. சொல்ல நம்மிடம் கோடானு கோடி கதைகள் இருந்தும், ஏனோ தெரியவில்லை நம்முடைய குழந்தைகள், கதைகளின்றி பசியோடுதான் ஒவ்வொரு நாளும் தூங்கப்போகின்றனர். ஆனால் அலெக்சாந்தர் ரஸ்கின், நம்மை போன்ற அப்பாவாக இல்லாமல், அவரது செல்ல மகள் சாஷாவுக்கு மிகவும் பிடித்தமான அப்பாவாக இருந்திருக்கிறார். ஒரு போதும் கதைகள் இல்லாமல் பசியோடு, அவள் வாடிப்போக ரஸ்கின் அனுமதிக்கவில்லை, அவளது சோகத்தை, துயரத்தை களைய, அவளுக்குள் கற்பனை முளைக்க, கதைகளை விதைத்துக்கொண்டே இருந்தார். (அவளுக்கு போர் அடிக்காத அளவுக்கு) என்பதை எல்லாம் அப்பா சிறுவனாக இருந்தபோது என்கிற இப்புத்தகத்தை படிக்கும் போது, நம்மால் நிச்சயம் உணரமுடியும்.

காதுவலியால், அது உண்டாக்கிய புண்ணால் பெரும் அவதிக்குள்ளாகிய தன்னுடைய ஆசை மகள் சாஷாவிற்கு, தன்னையே கதையாக்கி பரிமாறத்தொடங்கும் அலெக்சாந்தர் ரஸ்கின் பெரும் பாக்கியசாலிதான். அவர் மட்டுமில்லை, சாஷாவும் கொடுத்து வைத்தவள்தான். இப்படியொரு அப்பா கிடைக்கவேண்டும் என்று எல்லோரையுமே ஏக்கத்தில் தள்ளி விடுகிறார் ரஸ்கின். அப்பா சிறுவனாக இருந்தபோது என்கிற இந்த புத்தகத்தை வாசிக்க தொடங்கியபோது, எனக்கொரு மகள் இல்லையே என்கிற ஆதங்கம் தலைதூக்கியது. என்னவெல்லாமோ ரசாயன, பௌதீக மாற்றங்களை கொண்டு வந்து கொட்டியது.

மாற்றுக்கல்வி, செயல்வழிக்கற்றல், சமச்சீர் கல்வி என்கிற மாற்று சமூக முன்னெடுப்பில், நிச்சயம் இந்த புத்தகம் பெரும் பங்காற்றும் என்பதில் துளியளவும் சந்தேகமில்லை. வகுப்பறையை, குழந்தைகளை, அவர்களை ஊக்கப்படுத்தும் ஆசிரியைகள் அப்பா சிறுவனாக இருந்தபோது நிறையவே இருந்திருக்கிறார்கள். குழந்தைகளிடமான அனுகுமுறை, குழந்தைகளை எப்படி கொண்டாடுவது என்பது எல்லாம் அந்த ஆசிரியர்களுக்கு மிக

சுலபமாக கைக்கூடி வருகிறது. நிச்சயம் இந்தபுத்தகத்தில் உலாவும் ஆசிரியர்களும், சில குழந்தைகளும் கூட நம்முடைய ஆசிரியர் களுக்கும், குழந்தைகளுக்கும், மாற்றுக்கல்வி செயல்பாட்டாளர் களுக்கும் நட்பான வழிகாட்டியாக இருப்பார்கள் என்று உறுதியாக நம்பலாம். எல்லா ஆசிரியர்களின் கைகளிலும் இருக்க வேண்டியதன் அவசியம் இந்தப்புத்தகத்திற்கு நிறையவே இருக்கிறது.

தனது குறும்புத்தனத்தை, இயலாமையை, கோபத்தை, நண்பர்களை, தான் சிறுவனாக இருந்தபோது செய்த வேடிக்கைகளை எல்லாம், ஒவ்வொரு கதையாக்கி சாஷாவிற்கு சொல்ல நேர்ந்ததன் விளைவுதான், இந்த அழகிய புத்தகம் வந்திருக்கிறது என்கிறார், அலெக்ஸாந்தர் ரஸ்கின், தமிழ்ச்சூழலுக்கு மிக நீண்ட காலம் முன்பே, இப்புத்தகம் வந்துவிட்டது என்கிறபோதிலும், நாம் எத்தனை பேரின் வீடுகளில், இப்படியான புத்தகங்களை சேகரித்து வைத்திருக்கிறோம் என்றால் இல்லை என்பதுதான் பதிலாக இருக்கும்.

மறு ஆக்கத்தோடு வெளிவரும், இந்தப் புத்தகம், அதன் மையமான விஷயங்கள் எதையும் சிதைத்துவிடாமல் மிகவும் கவனத்தோடுதான் செய்யப்பட்டு இருக்கிறது. அதே சமயம் நம்மூர் குழந்தைகளுக்கு பரிச்சயமான, நாம் குழந்தைகளாய் இருந்தபோது, எதிர்கொள்ள வாய்த்த அனுபவங்களையும் சேர்த்து மறு வரைவு நிச்சயம் செய்திருக்கிறேன். இந்த செயல் நம்முடைய வாசிப்பனுபவத்திற்கு ஏற்புடையதாக இருக்கும். நமக்கு அன்னியமானவையாக உணரவைக்காது என்ற நம்பிக்கையோடவே இதை செய்திருக்கிறேன்.

குழந்தைகள் நம்மிடம் கதைகேட்கும் போதும், நாம் அவர்களிடம் கதை கேட்க நேரும் சூழலிலும் இப்புத்தகம் நமக்கு பெரும் வழிகாட்டியாக இருப்பதோடு, நிச்சயம், எல்லா அப்பாக்களையும், அம்மாக்களையும் நல்ல கதைசொல்லியாக மாற்றுவதற்கும் இந்த நல்ல புத்தகத்தால் நிச்சயம் முடியும். பரவலாக தமிழகத்தில் எல்லா வீட்டுத் திண்ணைகளையும், கூடங்களையும் நோக்கி இந்த புத்தகம் பயணிக்கும் பட்சத்தில், நிச்சயமாக எல்லோரிடமும் கதைகள் முளைக்கும். குழந்தைகளும், கதைகளின்றி உறங்கபோவதும் குறைந்துவிடும்.

எங்கோ ஒரு மூலையில் மறைந்து கிடந்த எனக்கு இப்புத்தகத்தை அறிமுகம் செய்து கைகுலுக்கி பேசவைத்த ஆசிரியை

சுடரொளிக்கும், மறு ஆக்கம் செய்யும்போது, பல அனுபவங்களை என்னுடன் பகிர்ந்துக்கொண்ட நண்பர் சக்திவேலுக்கும், பிழைகள் திருத்தி, ஒழுங்கமைத்து தந்த தோழர் ஜீவசுந்தரிக்கும், வடிவமைப்பில் உழைத்த பாரதி புத்தகாலய தோழமைகளுக்கும், இப்புத்தகத்தை மறு வரைவு செய்து முடிக்க ஊக்கமளித்த தோழர் நாகராஜனுக்கும், பிற எல்லோருக்கும் என் அன்பும், நன்றியும்.

நிறைவான நேசத்துடன்

ஈஸ்வர சந்தானமூர்த்தி

சென்னை

21.10.2011

பொருளடக்கம்

அந்தப் பந்தைச் சிறுவனாகிய அப்பா, அவரே கண்டுபிடித்தது போலவும், அந்தப் பந்திற்கு அவரே நிறங்களைத் தீட்டியது போலவும், வீண் பெருமையோடு நடந்து கொண்டார்.

தன்னுடைய அழகிய, விநோதமான பந்தை எடுத்துக்கொண்டு, விளையாடுவதற்காக வீட்டை விட்டு வெளியே தெருவிற்கு அப்பா வரும்போது, எல்லாப் பக்கங்களில் இருந்தும் பையன்கள் பந்தைப் பார்ப்பதற்கும், அதை வைத்து விளையாடுவதற்கும், ஓடி வருவார்கள்.

"அட சூப்பர் பந்து! என்ன அழகாக இருக்கு" என்று, அந்தப் பையன்கள் கூறுவார்கள். அந்தப் பந்தை எனக்கு விளையாடக் கொடு, என்று சிறுவனாகிய அப்பாவிடம் கேட்பார்கள்.

ஆனால் அப்பா, தன்னுடைய பந்தை, இறுக்கிப் பிடித்துக் கொண்டு, அந்தப் பையன்களைப் பார்த்துக் கூறுவார்:

"இல்லை, நான் யாருக்கும் என்னுடைய பந்தைத் தர மாட்டேன்! இது என்னுடைய பந்து! இந்த மாதிரி பந்து வேறு யாரிடமும் இல்லை! இது சென்னையில் வாங்கப்பட்டது! விலகிப் போங்கள்! என் பந்தைக் கூட நீங்கள் தொடக்கூடாது."

அதன் பிறகு, அந்தப் பையன்கள் சொன்னார்கள்.

"நீ ஒரு பேராசைக்காரன், அப்படித்தான்".

ஆனால் அவர்கள் என்ன சொன்னார்கள் என்பது பற்றி, சிறுவனாகிய அப்பா பொருட்படுத்திக் கொள்ளவேயில்லை. தன்னுடைய அழகிய, பந்துடன் மற்றப் பையன்களை விளையாட ஒரு போதும் அனுமதித்ததேயில்லை. முழுக்க, முழுக்கச் சிறுவனாகிய அப்பா மட்டும், தன்னுடைய பந்தோடு விளையாடிக்கொண்டு இருந்தார்.

ஆனால் ஒரு பந்தை, நீங்கள் மட்டுமே வைத்துக்கொண்டு தனியாக விளையாடுவது என்பது, அவ்வளவு சுவாரஸ்யமான ஒன்றாக இருக்காது. ஆகவேதான், பேராசைக்காரச் சிறுவனாகிய அப்பா, மற்ற பையன்களுக்கு அருகில், வைத்து விளையாடி, அவர்களைப் பொறாமைப்படச் செய்யவேண்டும் என்று எப்போதுமே விரும்பினார்.

பிறகு பையன்கள் சொன்னார்கள்.

"அவன் ஒரு பேராசைக்காரன், நாம் அவனோடு விளையாட வேண்டாம்".

முழுமையாக இரண்டு நாட்களுக்கு, சிறுவனாகிய அப்பாவோடு, அவர்கள் விளையாடவில்லை. மூன்றாம் நாள் அந்தப் பையன்கள், சிறுவனாகிய அப்பாவிடம் சொன்னார்கள்:

1

காருக்கு அடியில் அப்பா பந்தை எறிந்தது எப்படி?

அப்பா மிகச் சிறு பையனாக இருந்தபோது, அவர் அவருடைய பெற்றோர்களுடன் திருப்பூர் நகரத்தில் வசித்து வந்தார். சிறுவனாகிய அப்பாவிற்கு, அவருடைய பெற்றோர்கள். ஒரு அழகான பெரிய பந்து ஒன்றை வாங்கிக் கொடுத்தார்கள். அந்தப் பந்து ஏறக்குறைய தகதகக்கும் சூரியனைப் போலவே இருந்தது. அது சூரியனை விட இன்னும் மிக அழகாகவும், நன்றாகவும் இருந்தது.

எல்லோருமே அந்தப் பந்தைக் கண்சிமிட்டாமல் பார்த்துக்கொண்டே இருந்தனர். மேலும் அது சூரியனைவிட நான்கு மடங்கு அழகாக இருந்தது. ஏனென்றால், அது நான்கு வகையான நிறங்களில் இருந்தது. சூரியனுக்கு ஒரே ஒரு நிறம்தானே இருக்கிறது. அந்த நிறத்தையும் கூட என்னவென்று சொல்ல முடியாது. அதனால், சிறுவனாகிய அப்பா வைத்திருந்த அந்தப் பந்து சூரியனை விட அழகானதுதான்.

பந்தின் ஒரு பக்கம், மிட்டாய் போன்று, இளஞ்சிவப்பு நிறமாக இருந்தது. மற்றொரு பக்கம் குழந்தைகள் எப்பொழுதும் விரும்பிச் சாப்பிடும், சாக்லேட் போல பழுப்பு நிறமாக இருந்தது. பந்தின் மேல் பக்கமானது, வானம் போல நீல நிறமாகவும், பந்தின் அடிப்பகுதி புற்களைப் போன்று பச்சை நிறமாகவும் இருந்தது. சிறு நகரமான திருப்பூரில், அப்படியொரு அழகான பந்தை இதற்கு முன்பு எவருமே பார்த்தது கிடையாது.

அந்தப் பந்து சென்னையில் வாங்கப்பட்டது. சென்னையில் கூட, இது போன்ற பந்துகள் கிடைக்கும் என்று நானும் நினைக்கவில்லை. ஏன் பெரிய ஆட்கள் கூட, அந்தப் பந்தைப் பார்ப்பதற்காக, சிறுவனாகிய அப்பாவின் வீட்டிற்கு வந்தார்கள்!

என்ன ஒரு அழகான பந்து என்று அவர்கள் எல்லோருமே சொன்னார்கள். உண்மையிலேயே அது ஒரு நேர்த்தியான பந்துதான். அந்தப் பந்து பற்றி அப்பா மிகவும் பெருமைப்பட்டார்.

“உன்னுடைய பந்து அப்படி ஒன்றும் மோசமானதில்லை. அது பெரியது. நிறங்கள் சூப்பராக இருக்கின்றன. ஆனால் உன்னுடைய பந்தைத் தூக்கி, ஒரு காருக்கு அடியில் எறிந்தால் மற்றப் பந்துகளைப் போலவே, உன்னுடைய பந்தும் வெடிக்கும், இப்படி நீ பீற்றிக்கொள்ளும் அளவிற்கு, உன்னுடைய பந்தில் அப்படி ஒரு சிறப்பும் இல்லை” என்று சிறுவனாகிய அப்பாவிடம் கூறினார்கள்.

‘‘என்னுடைய பந்து ஒரு போதும் வெடிக்காது!’’ என்று சிறுவனாகிய அப்பா, பெருமையோடு கூறினார். அப்போதுகூட, அந்தப் பந்திற்கு நான்கு நிறங்களையும், அவரே தீட்டியதைப்போன்று தலைக்கனம் கொண்டிருந்தார்.

“ஆமாம்! அந்தப் பந்து நிச்சயமாக வெடிக்கும்” என்று சிறுவனாகிய அப்பாவைப் பார்த்து அவர்கள் கிண்டலடித்தார்கள்.

சிறுவனாகிய அப்பா சொன்னார்: “இல்லை, என்னுடைய பந்து வெடிக்காது”.

“அதோ ஒரு கார் வருகிறது. உன்னுடைய பந்தை அதன் அடியில் வீசிப்பார்! அது வெடிக்குதா? இல்லையா? என்று பார்ப்போம்! நீ பயப்படுகிறாய், அதனால்தான் காருக்கு, அடியில் உன்னுடைய பந்தை வீசுவதற்கு நீ தயங்குகிறாய்!’’ என்று சிறுவனாகிய அப்பாவை உசுப்பி விட்டார்கள்.

இதற்கு மேலும் சிறுவனாகிய அப்பா, பொறுமையோடு இருக்க விரும்பவில்லை. தன்னுடைய பந்தை , அந்தக் காருக்கு அடியில் வீசினார். அந்தச் சமயம், என்ன நடக்கப் போகிறது என்று பார்ப்பதற்காக, சிறுவர்கள் எல்லோரும் அங்கே காத்துக்கொண்டு இருந்தனர். முன் சக்கரங்களுக்கு நடுவே, அந்தப் பந்து உருண்டு, வலது பக்கத்துப் பின் சக்கரத்திற்குக் கீழாக வந்தது. அந்தக் கார் குலுங்கியது. பந்துக்கு மேலாக ஓடி, முன்னோக்கிக் கார் சீறிப் பாய்ந்தது. ஆனால் முற்றிலுமாகச் சேதமடையாமல், அந்த அழகிய பந்து, அங்கே கிடந்தது.

‘‘என்னுடைய பந்து வெடிக்கவில்லை, என்னுடைய பந்து வெடிக்கவில்லை”. அதை எடுக்க ஓடிய போது சிறுவனாகிய அப்பா கத்தினார். அப்போது, யாரோ, ஒருத்தர் பீரங்கி வைத்து வெடித்தது போல, உரத்த வெடி ஓசை கேட்டது. நிச்சயமாக அது சிறுவனாகிய அப்பாவின் பந்துதான்.

எப்படியிருந்தாலும், சூரியனை விட அந்த அழகான பந்து உண்மையிலே வெடித்துப் போனது, அந்தப் பந்து கிடந்த இடத்தை நோக்கி, சிறுவனாகிய அப்பா ஓடி வந்தபோது வெறும்

குப்பையான ரப்பர் சிதறல்களைத்தான், அவரால் பார்க்க முடிந்தது. அந்தப் பந்தில் முன்பு இருந்ததைப் போல, அழகோ, கவர்ச்சியோ இருக்கவில்லை. பிறகு அப்பா கதறி அழ ஆரம்பித்தார்., வீட்டிற்கு ஓடி வந்தார். பிறகு பையன்கள் எல்லோரும் அப்பாவைப் பார்த்துச் சிரித்தார்கள்.

“அந்தப் பந்து வெடித்துப் போனது, வெடித்துப் போனது” என்று சிறுவர்கள் எல்லோரும் கத்தினார்கள். “பேராசை பெருநஷ்டம், பேராசைப் பெருநஷ்டம்” என்றும் அவர்கள் சிறுவனாகிய அப்பாவைப் பார்த்துக் கூச்சலிட்டார்கள்.

அப்பா வீட்டிற்கு வந்து, தன்னுடைய அழகிய புதிய பந்தை, தானாகவே காருக்கு அடியில் வீசிவிட்டதாகச் சொன்னபோது, சிறுவனாகிய அப்பாவின் அம்மா, அதாவது எனது பாட்டி, அப்பாவை ஓங்கிக் கன்னத்தில் அறைந்தாள்.

மாலை நேரம், சிறுவனாகிய அப்பாவின் அப்பா அலுவலகத்தில் இருந்து வீட்டிற்கு திரும்பி வந்தபோது, சிறுவனாகிய அப்பாவிற்கு மீண்டும் ஒரு அறை விழுந்தது.

தாத்தா சிறுவனாகிய அப்பாவை அறையும்போது சொன்னார்.

“பந்துக்காக உன்னை நான் அறையவில்லை, ஆனால் உன்னுடைய முட்டாள்தனத்திற்காகத்தான் உன்னை அறைகிறேன்!”

நீண்ட நாட்களுக்குப் பிறகும்கூட, இன்னமும், அது போல, ஓர் அழகிய, அருமையான பந்தைக் காருக்கு அடியில் எப்படி வீசி எறிய முடியும் என்று எல்லோருமே ஆச்சர்யப்பட்டார்கள்!.

“மகா மட்டமான ஒரு பையனால் மட்டுமே அம்மாதிரி செய்திருக்க முடியும்” என்று சொன்னார்கள்.

அதன் பிறகு நீண்ட நேரத்துக்கு சிறுவனாகிய அப்பாவை மற்ற பையன்கள் நையாண்டி செய்து கொண்டு இருந்தார்கள்.

“ஏய்..எங்கே உன்னுடைய புதுப்பந்து?”

ஆனால் பக்கத்து வீட்டில் வசித்த ஒரு மாமா மட்டும் சிரிக்கவில்லை.

“ஆரம்பத்திலிருந்து முழுக்கதையையும் எனக்கு சொல்லு” என்று, அவர் சிறுவனாகிய அப்பாவிடம் கேட்டார்

பிறகு அந்த மாமா, சிறுவனாகிய அப்பாவிடம் சொன்னார்:

“நீ ஊதாரித்தனமான, மட்டமான பையன் இல்லை”.

இதைக் கேட்டுக் சிறுவனாகிய அப்பா, பெரிதும் மகிழ்ச்சி அடைந்தார்.

“ஆனால் நீ பேராசைக்காரன். வீண் செருக்கை நீ விரும்புகிறாய்?” என்று அந்த மாமா தொடர்ந்து பேசினார். “அது மிக மட்டமானது. தனது பந்துடன் தனிமையில், விளையாட விரும்பும், எவரும் எப்போதுமே, எதையாவது இழக்கவே செய்வர்.

இது பெரியவர்களுக்கும் கூட பொருந்தும், இப்போது, நீ இந்தப் பழக்கத்தை மாற்றிக்கொள்ளவில்லை என்றால், நீ எப்போதுமே வருத்தப்பட வேண்டியிருக்கும்”

பிறகு சிறுவனாகிய அப்பா, மிகவும் பயந்து போய் அழத் தொடங்கினார். அதன் பிறகு அப்பா தான் ஒரு பேராசைக்காரனாக இருக்க விரும்பவில்லை. என்றும், வீண் பெருமை பேச விரும்பவில்லை என்றும் தேம்பித், தேம்பி அழுதார். மிக நீண்ட நேரம், சிறுவனாகிய அப்பா அழுதுகொண்டிருப்பதைப் பார்த்து, மாமா ஒரு புதிய பந்தை வாங்கித் தந்தார். முதலாவது பந்தைப் போல அது அவ்வளவு அழகாக இல்லை. ஆனால் தெருவில் இருந்த எல்லாப் பையன்களும், அதை வைத்து விளையாடினார்கள். ஒவ்வொருவரும் மகிழ்ச்சி அடைந்தார்கள். அப்பா ஒரு பேராசைக்காரன் என்று யாருமே சொல்லவில்லை.

2

நாயோடு அப்பா நண்பனானது எப்படி?

நான் இப்பொழுது எப்படி சிறுவனாக இருக்கிறேனோ? அதே போல் அப்பாவும் ஒரு காலத்தில் சிறுவனாக இருந்தார். எப்பொழுதும் அப்பாவுக்கு விளையாடுவதென்றால், பிடித்தமான விஷயமாக இருந்துகொண்டே இருந்தது.

விளையாடத் தொடங்கி விட்டால் அப்பாவுக்கு நேரம் போவதே தெரியாது. அப்பா சிறுவனாக இருந்தபோது, புதுப் புது விளையாட்டுகளை உருவாக்கிக்கொண்டே இருப்பார். இதனால் பல நாட்கள் சாப்பிடுவதையே மறந்தும் போயிருக்கிறார்.

இப்படியான சமயத்தில் தான், அப்பா சிறுவனாக இருந்தபோது ஒரு நாள் பக்கத்து ஊருக்கு சர்க்கஸ் பார்க்க அழைத்துச் செல்லப்பட்டார். அந்த நாள் அப்பாவுக்கு மிகவும் சந்தோஷமாக இருந்தது.

போகும் வழியில் அப்பா வேடிக்கைப் பார்த்துக்கொண்டே சென்றார். பேருந்தில் கூட சன்னல் ஓரத்தில்தான் அமர்வேன் என்று பாட்டியிடம் அடம் பிடித்தார் அப்பா.

சர்க்கஸ் பார்க்கக் கூட்டம், கூட்டமாக ஏராளமானவர்கள் வந்திருந்தனர். கூட்டத்தில் அப்பா எங்கேயும் காணாமல் போய்விடக் கூடாது என்பதற்காக, அப்பாவின் கைகளைப் பாட்டி கவனமாக பிடித்துக்கொண்டு இருந்தார். சர்க்கஸ் கூடாரத்தில் நிறைய விலங்குகள் இருப்பதைப் பார்த்து அப்பா மிகுந்த மகிழ்ச்சி அடைந்தார்.

ஒட்டகம், யானைகள், சிறுத்தை, என எல்லாவற்றையும் அப்பா ஆர்வத்தோடு பார்த்துக்கொண்டே இருந்தார். ஆனால் எல்லாவற்றையும் விட அப்பாவுக்கு ஒரே ஒரு சர்க்கஸ் காரரைத்தான் ரொம்ப பிடித்துப் போனது.

அவர் நல்ல உயரமாக இருந்தார். சிவப்புக் கலரில் ஒரு பளபளக்கும் சட்டையும், வெள்ளை கலரில் ஒரு பேண்ட்டும் அணிந்திருந்தார். தலையில் வட்டமான ஒரு தொப்பியும் போட்டு

இருந்தார். அவரைப் பார்த்தவுடனே அப்பாவிற்கு மிகவும் பிடித்துப் போனது. அந்த சர்க்கஸ் காரர் தனது கையில் மிக நீளமான ஒரு சாட்டையையும் வைத்திருந்தார். அப்பா சிறுவனாக இருந்தபோது அதே மாதிரி ஒரு சாட்டையை வாங்கிவிட வேண்டும் என்றும் நினைத்திருந்தார்.

எல்லாவற்றுக்கும் மேலாக அப்பா சிறுவனாக இருந்தபோது, அந்த சர்க்கஸ்காரரை மிகவும் நேசித்ததற்கு மிக முக்கியமான காரணம், அவர் ஒரு சிங்கத்தை வைத்து விளையாடிக்கொண்டு இருந்ததுதான்.

அப்பா சிறுவனாக இருந்தபோது, அந்த சர்க்கஸ்காரரை மிகவும் நேசித்தார். கையில் சாட்டையை வைத்து சிங்கத்தை அவர் விளையாட வைத்துக்கொண்டு இருந்தார்.

அவர் என்ன சொன்னாலும், அதை அப்படியே சிங்கமும் செய்தது. உட்கார் என்று சொன்னார். உடனே சிங்கமும் உட்கார்ந்தது. எழுந்திரு என்றார்,. அவர் சொன்ன அடுத்த விநாடியே சிங்கமும் எழுந்தது.

ஒரு உயரமான ஸ்டூலைக் காட்டி, அதன் மீது தாவி அமர்ந்துகொள் என்றார். உடனே சிங்கமும் அவர் சொன்னபடியே ஒரே தாவலில் ஸ்டூலின் மீது அமர்ந்தது. "சர்க்கஸ் பார்த்துக்கொண்டு இருக்கும் எல்லோருக்கும் ஒரு வணக்கம் வை" என்றார்.

தன்னுடைய முன்னங்கால்கள் இரண்டையும் தூக்கி, ஸ்டூலில் இருந்தபடியே, எல்லோருக்கும் வணக்கம் வைத்தது.

சிறுவனாகிய அப்பாவும், பதிலுக்கு அந்தச் சிங்கத்திற்கு வணக்கம் வைத்தார். அப்பா சிங்கத்திற்கு வணக்கம் சொன்னதை, பாட்டியோ, தாத்தாவோ, மற்ற எவருமே கவனிக்கவில்லை.

அப்போதிருந்தே தானும் ஒரு சிங்கத்தை வாங்கிப் பழக்கிவிட வேண்டும் என்று சிறுவனாக இருந்த அப்பா ஆவலோடிருந்தார். சிங்கத்தை தன்னுடைய நண்பனாக்கிக் கொள்ளவும், அப்பா சிறுவனாக இருந்தபோது பலமுறை யோசித்து இருக்கிறார்.

சர்க்கஸ் கூடாரத்தில் எல்லோருமே, சிங்கத்தின் விளையாட்டையும் சிங்கத்தைப் பழக்கும், அந்த சர்க்கஸ் காரரின், செயலையும் பாராட்டிக் கைதட்டிக்கொண்டே இருந்தனர்.

அந்த ஒரு சிங்கம் மட்டுமில்லை, கூண்டுக்குள் இருந்த இன்னும் நான்கு சிங்கங்கள் கூட அவரைக் கண்டு பயந்தன. ஆனால் அவர் கையில் இருந்த சாட்டையை அவர் எப்போதாவதுதான் பயன்படுத்தினார்.

“என் கண்களைக் கண்டு மிருகங்கள் எல்லாம் பயப்படுகின்றன. என்னுடைய கண்களை, அந்த மிருகங்களால் நேருக்கு, நேராக பார்க்க இயலவில்லை'' என்று உயரமான ஒரு மேடையில் நின்றுகொண்டு அறிவித்தார்.

“எனது கையில் உள்ள சாட்டையை விட, எனது கண்கள் தான் மிகப்பெரிய ஆயுதம்! எந்தக் கொடிய மிருகத்தாலும், ஒரு மனிதனுடைய பார்வையைப் பார்த்துக்கொண்டு நிற்க முடியாது!” என்று அவர் கூறியபோது, அந்த சர்க்கஸ் கூடாரமே கைதட்டி அவரை உற்சாகப்படுத்தியது.

அவர் சொன்னது உண்மைதான். அவர் சிங்கத்தை பார்த்தவுடன், அது அவரை நோக்கி நடந்து வந்தது. இன்னொரு முறை பார்த்தவுடன், சிங்கம் பின்னால் நகர்ந்து போய் படுத்தது. பின்பு செத்தது போல கிடந்தது. ஸ்டூலின் மீது தாவியது.

உண்மைதான் இதற்கு எல்லாம் காரணம், அந்த மனிதருடைய பார்வையை அந்தச் சிங்கத்தால் தாக்குப் பிடிக்க முடியவில்லை.

தூரத்தில் பளிச்சிடும் யூனிஃபார்மில் இசைக்குழுவினர் அழகாக டிரம்ஸ் வாசிக்கத் தொடங்கினார்கள். சர்க்கஸ் பார்த்துக்கொண்டிருந்த ஒவ்வொருவரும் கைத்தட்டி சிங்கத்தோடு விளையாடியவரைப் பார்த்தார்கள்.

அவர் தன்னுடைய கைகளை நெஞ்சோடு சேர்த்து வைத்து எல்லாப் பக்கங்களிலும் தலை குனிந்தார். அது பார்ப்பதற்கு அவ்வளவு அழகாக இருந்தது! சிறுவனாகிய அப்பாவும், தானும் ஒரு சிங்கத்தைப் பழக்க வேண்டும் என்றும், அதனோடு நண்பனாக வேண்டும் என்றும், தான் சொல்வதை எல்லாம் சிங்கம் கேட்க வேண்டும் என்றும் ஆசைப்பட்டார்.

ஆனால் சிறுவனாகிய அப்பாவிற்குச் சிங்கத்தை கண்டாலே பயமும் இருந்தது. அதனால் அப்பா முதலில் ஒரு நாயோடு நண்பனாகிக் கொள்ள முடிவு செய்தார். நாயை நல்ல நண்பனாக்கிக்கொண்டு பிறகு, தான் சொல்வதை எல்லாம் நாய் கேட்க வேண்டும் என்றும் அப்பாவாகிய சிறுவன் விரும்பினார். ஏனென்றால் அப்பா இன்னும் சிறுவனாகவே இருந்தார். சிங்கம், புலி, யானை போன்ற மிருங்கள் எல்லாம் பெரியவர்கள் பழக்கிடத்தான் என்றும், தன்னைப் போன்ற குட்டிப்பிள்ளைகளுக்கு நாய்தான் நண்பனாக முடியும் என்றும் அப்பாவாகிய சிறுவன் அழுத்தமாக நம்பினார்.

அதனால் அப்பா நிச்சயமாக ஒரு நாயை வைத்துத் தான் பழக்க முடியும். அதுவும் சிறுவனாகிய அப்பா அந்த நாயோடு நல்ல நண்பனாக மாறினால்தான் அதுவும் சாத்தியம்.

கண்டிப்பாக, அது அவ்வளவு பெரிய நாயாக இல்லாமல், ஒரு குட்டி நாயாக இருக்க வேண்டும். ஏனென்றால் பெரிய நாய் ஏறக்குறைய ஒரு குட்டிச்சிங்கம் போல்தான். இப்பொழுது அப்பாவாகிய சிறுவனுக்குத் தேவைப்பட்டதெல்லாம் அவ்வளவு பெரிய நாய் இல்லாமல், ஒரு அழகான, சிறிய குட்டி நாய்தான்.

அப்பாவாகிய சிறுவன் நினைத்தது போன்றே. அப்படி ஒரு குட்டி நாயைச் சந்திக்கும் வாய்ப்பு அவருக்குச் சீக்கிரமே கிடைத்தது.

சிறு நகரமாகிய திருப்பூரில் ஒரு சிறிய பூங்கா இருந்தது. இப்போது அங்கே பெரிய பூங்கா ஒன்றும் இருக்கிறது. ஆனால் இவை எல்லாம் ரொம்ப காலத்திற்கு முன்னர் அப்பா சிறுவனாக இருந்தபோது நடந்தது.

தினமும் மாலை வேளைகளில் சிறுவனாகிய அப்பாவைப் பாட்டி அந்தப் பூங்காவிற்கு அழைத்துச் செல்வது உண்டு. அப்படியே ஒரு நாள் பாட்டி அப்பாவாகிய சிறுவனை அந்தப் பூங்காவிற்கு அழைத்துச் சென்றிருந்தார்.

வழக்கமாக அந்தப் பூங்காவில் கொஞ்சம் கூட்டம் அதிகமாகவே இருக்கும்.

வீடு இல்லாத, சொந்தக்காரர்கள் இல்லாத பலரும் அந்தப் பூங்காவில்தான் இரவு நேரங்களில் படுத்து உறங்குவார்கள் என்பதைப் பிறகு ஒரு நாளில் சிறுவனாகிய அப்பா.. பாட்டியிடம் இருந்து தெரிந்துகொண்டார். .

பூங்காவில் சிறுவனாகிய அப்பா விளையாடிக்கொண்டு இருந்தார்.. பாட்டி பூங்காவில் இருந்த ஒரு பெஞ்சின் மீது அமர்ந்து, தனக்குத் தெரிந்த ஒரு பெண்ணோடு பேசிக்கொண்டு இருந்தாள்.

பாட்டியும், அவளது தோழியும் அமர்ந்து பேசிக்கொண்டு இருந்த பெஞ்சின் இடதுபுறம் கொஞ்சம் தள்ளி மற்றொரு பெஞ்ச் இருந்தது.

அந்த பெஞ்சில் ஒரு பணக்கார வீட்டுப் பெண்ணாக இருக்கவேண்டும். அவளது தோற்றமும், அவள் அணிந்திருந்த ஆடைகளும், அவளைப் பணக்கார வீட்டு பெண்ணாகத்தான் காட்டின.

அந்தப் பெண்ணின் அருகில் நல்ல பொசு, பொசுவென்று ஒரு வெள்ளை நிற நாய்க்குட்டியும் அமர்ந்திருந்தது. அந்தப் பெண் ஏதோ ஒரு புத்தகத்தைக் கையில் வைத்துப் படித்துக்கொண்டிருந்தாள். அந்தக் குட்டி நாய் பரிதாபமாக அந்தப் பெண்ணைப் பார்ப்பதும், கீழே குனிவதுமாக உட்கார்ந்திருந்தது.

அந்த நாய் மிகவும் சிறியதாக இருந்தது. அதற்குக் கண்கள் பெரியதாகவும், கருப்பாகவும் இருந்தன. விளையாடிக்கொண்டு இருந்த சிறுவனாகிய அப்பா இதை எல்லாம் பார்த்துக்கொண்டே இருந்தார்.

தனக்கு ஒரு நாயை நண்பனாக்கிக் கொள்ளும் சந்தர்ப்பம் கிடைத்திருப்பது பற்றி சிறுவனாக இருந்த அப்பா மனதுக்குள் மகிழ்ந்துகொண்டார்.

தனது கருத்த, பெரிய கண்களால் அந்த நாய், சிறுவனாக இருந்த, அப்பாவைப் பார்த்தது., 'நான் உன்னோடு நண்பனாக இருக்க விரும்புகிறேன். உன்னோடு பழக விரும்புகிறேன், தயவு செய்து தம்பி, நீ என்னுடன் பழக்கமாட்டாயா? என்னோடு நண்பனாக இருக்க மாட்டாயா? மனிதக் கண்களுடைய பார்வையை என்னால் பொறுக்க முடியவில்லை' என்று சிறுவனாகிய அப்பாவைப் பார்த்துச் சொல்வது போன்று இருந்தது". அதன் பார்வை.

அதற்கு மேலும் சிறுவனாகிய அப்பா, காத்திருக்க விரும்பவில்லை, இதுதான் சந்தர்ப்பம் என்று, அந்த வெள்ளை நிற நாய்க்குட்டியை நண்பனாக்கும் முயற்சியில் ஈடுபட தொடங்கினார்.

பூங்காவில் இருந்த ஒரு சிறு நடைபாதையைக் கடந்து, அந்த நாய் இருக்கும் பெஞ்சை நோக்கி நடந்தார். பாட்டியோ, அவளது, பூங்கா தோழியோடு எதைப் பற்றியோ தீவிரமாக பேசிக்கொண்டு இருந்தாள். நாய்க்குச் சொந்தக்காரியான, அந்தப் பணக்காரப் பெண்ணும், எது பற்றியும் கவலையில்லாது புத்தகத்திலே மூழ்கிக் கிடந்தாள். அங்கு என்ன நடக்கிறது என்பதைப் பற்றி யாரும் கவனிக்கவும் இல்லை,

பெஞ்சுக்குக் கீழே படுத்துக்கொண்டிருந்த அந்த வெள்ளை நிற நாய்க்குட்டி, தனது பெரிய கருத்த கண்களால், அப்பாவை விநோதமாகப் பார்த்தது. அப்பா அதை நோக்கி, மெதுவாக, மிகவும் மெதுவாக, ஓசையின்றி நடந்து சென்று அதனிடம் கூறினார். 'ஓ! எனது பார்வையை அதனால் தாங்கிக்கொள்ள முடியும் என்று நினைக்கிறேன், நண்பனாவது பற்றி அது தனது மனத்தை மாற்றிக்கொண்டது என்று நினைக்கிறேன்'.

அன்றைய தினம் அந்தச் சிறு நகரம் முழுதுமே அனல் காற்று வீசிக்கொண்டே இருந்தது. அப்பா, காலில் செருப்பும், ஒரு அரைக்கால் சட்டையும் மட்டுமே அணிந்திருந்தார். உடம்பில் ஒரு மெலிதான பனியன் போட்டிருந்தார்.

சிறுவனாகிய அப்பா நிற்காமல், மெது, மெதுவாக அந்த நாயை நெருங்கிக் கொண்டிருந்தார். அந்த நாயோ, அதே இடத்தில் படுத்திருந்தது. ஆனால் அப்பா அதை நோக்கி நடந்து வருவதை அந்த நாய் பார்த்துக்கொண்டுதான் இருந்தது. கொஞ்ச தூரம்தான் இருக்கும், அதை நெருங்க, அதன் அருகிலே அப்பா போய்விட்டார். ஆனால் என்ன நினைத்ததோ தெரியவில்லை அந்த நாய்.

திடீரென அப்பாவின் மீது தாவியது, அவருடைய அடிவயிற்றில் கடித்தது. பிறகு பயங்கரமான குழப்பம் ஏற்பட்டது.! சிறுவனாக இருந்த அப்பா அலறித் துடித்தார். ஓவென கத்தினார். பாட்டியும் பதறியடித்துக்கொண்டு ஓடினார். நாய்க்குச் சொந்தக்காரியான அந்தப் பணக்கார வீட்டுப் பெண்ணும் கத்தினாள். நாயும் சத்தமாகக் குரைத்தது. சிறுவனாகிய அப்பாவும் அழுதுகொண்டே இருந்தார்.

"அய்யோ, அந்த நாய் என்னைக் கடித்து விட்டது"

பாட்டியும் அலறியடித்துக்கொண்டு இருந்தாள்.

"அய்யோ, அது அந்தப் பையனைக் கடித்துவிட்டது" என்று நாய்க்குச் சொந்தக்காரியும் கத்திக்கொண்டிருந்தாள்.

"அந்தப் பையன் என்னுடைய நாயைக் கிண்டல் செய்து இருக்கிறான். அதனால்தான் எனது நாய் அந்தப் பையனைக் கடித்து விட்டது. என்னுடைய நாய் இதுவரைக்கும் யாரையுமே கடித்தது இல்லை" என்று பெருங்குரலில் கத்திக் கொண்டிருந்தாள், நாய்க்குச் சொந்தக்காரியான அந்தப் பெண்.

பூங்காவில் படுத்து உறங்கத் தயாராக இருந்தவர்கள், உட்கார்ந்து பேசிக்கொண்டு இருந்தவர்கள், வாக்கிங் போய்க்கொண்டு இருந்தவர்கள் என பூங்காவின் எல்லாத் திசைகளில் இருந்தும் மக்கள் அந்த இடத்தில் கூடிவிட்டனர். அவர்கள் எல்லோருமே "இது பயங்கரமான செயல், பூங்காவிற்குள் நாயை எல்லாம் அழைத்து வர அனுமதிக்கக் கூடாது" என்று முணுமுணுத்துக்கொண்டு இருந்தனர்.

பூங்கா நுழைவாயிலில் இருந்த வாட்ச்மேனும் வந்துவிட்டார்.

வாட்ச்மேன் சிறுவனாகிய அப்பாவைப் பார்த்து, "தம்பி! நீ அந்த நாயைக் கிண்டல் செய்தாயா?" என்று கேட்டார்.

"இல்லை" என்றார், அப்பா.

"அப்புறம் ஏன் அந்த நாய் உன்னைக் கடித்தது?'' என்று மறுபடியும் அப்பாவைப் பார்த்துக் கேட்டார் வாட்ச்மேன்.

"நான் அதை நண்பனாக்கிக் கொண்டிருந்தேன்" என்றார் சிறுவனாகிய அப்பா.

இதைக் கேட்டு அங்கிருந்த எல்லோருமே சிரித்தார்கள்.

"அதை நீ என்ன செய்தாய்?" என்றார். கூடியிருந்தவர்களில் ஒருவர்.

"அதை நோக்கி நான் நடந்து போய், அதைப் பார்த்துக் கொண்டிருந்தேன்" என்றார் சிறுவனாகிய அப்பா, "மனிதப் பார்வையை அதனால் பொறுத்துக்கொள்ள முடியாது என்பதை இப்போது நான் காண்கிறேன்'' என்று தனக்குரிய மழலை மொழியில் சொன்னார் அப்பா.

இதைக்கேட்டுக் கூடியிருந்த, எல்லோருமே வாய்விட்டுச் சத்தமாகச் சிரிக்கத் தொடங்கிவிட்டனர்.

"பாருங்க, பாருங்க, இந்தப் பையனைதான் குறை சொல்ல வேண்டும், என் நாயோடு ப்ரண்டா இருன்னு யாரும் சொல்லவே இல்லை, யாரும் அவனை வற்புறுத்தவும் இல்லையே! அவனைத்தான் குற்றம் சொல்ல வேண்டும்" என்றாள் அந்தப் பணக்காரப்பெண்.

உடனே பாட்டி இருக்கும் பக்கமாகத் திரும்பினாள்.

"உங்களது குழந்தையை நீங்கள்தான் பத்திரமாகப் பார்த்துக் கொள்ள வேண்டும். நீங்கள் பொறுப்பா பாத்துக்கிட்டு இருந்தா, இப்படி நடந்திருக்காது. சொல்லப் போனால், உங்களைத்தான் தண்டிக்க வேண்டும்" என்றும் கத்திக்கொண்டிருந்தாள், அந்த நாய்க்குச் சொந்தக்காரி.

பாட்டி பெருமூச்சு விட்டாள். ஒரு வார்த்தை கூடப் பேச முடியாமல் போனதற்காகப் பாட்டி வருத்தப்பட்டிருக்க வேண்டும். அமைதியாகவே இருந்தாள் பாட்டி.

பிறகு பூங்கா வாட்ச்மேன் பேசினார்:

பூங்கா நுழைவாயிலில் இருந்த ஒரு அறிவிப்புப் பலகையை நோக்கிக் கைகாட்டி அவர் பேசத் தொடங்கினார்.

"அதோ அந்த போர்டைப் பார்த்தீர்களா?"

அதில் 'நாய்கள் அனுமதிக்கப்படுவதில்லை!' என்று எழுதியிருந்தது. "குழந்தைகள் அனுமதிக்கப்படுவதில்லை என்று எழுதி இருந்தால், குழந்தையோடு வந்த இந்தப் பெண்ணுக்கு, நான்

அபராதம் விதித்திருப்பேன். ஆனால், இப்போது நான் உங்களுக்கு அபராதம் விதிக்கிறேன்" என்று நாய்க்குச் சொந்தக்காரியான அந்தப் பெண்ணிடம் சத்தமாகக் கூறினார் வாட்ச்மேன்.

"நீங்கள் உடனடியாக, உங்கள் நாயை அழைத்துக்கொண்டு, பூங்காவை விட்டுப் போய்விடுங்கள்! இந்தப் பையன் விளையாடிக்கொண்டு இருக்கிறான். ஆனால் உங்கள் நாய் கடிக்கிறது, இங்கு விளையாடலாம், ஆனால் கடிக்கக் கூடாது" என்று மீண்டுமொரு முறை நாய்க்குச் சொந்தக்கார பெண்ணிடம் கண்டிப்பான குரலில் சொன்னார் வாட்ச்மேன்

திடீரென, சிறுவனாகிய அப்பாவை நோக்கித் திரும்பிய வாட்ச்மேன்,

"தம்பி! நீ விளையாடும்போது, உனது மூளையை பயன்படுத்த வேண்டும். ஏனென்றால், நீ எதற்காக நாயை நோக்கிப் போய்க்கொண்டு இருந்தாய், என்பது அந்த நாய்க்குத் தெரியாது. ஒரு வேளை அதை நீ கடிக்க வருகிறாய் என்று நினைத்துக்கூட, அது தன்னைத் தற்காத்துக்கொள்ள உன்னைக் கடித்திருக்கலாம், புரிந்ததா?" என்று அன்பான குரலில் சிறுவனாகிய அப்பாவிடம் சொன்னார் வாட்ச்மேன்.

"ஆமாம்" என்றார் சிறுவனாகிய அப்பா. இதற்கு அப்பறமும், அவர் சிங்கத்தோடு நண்பனாக வேண்டும் என்று விரும்பவில்லை. நாய் கடித்தால் தொப்புளைச் சுற்றிப் பதினாறு ஊசிப் போட்டுக் கொள்ள வேண்டும் என்று யாரோ சொல்லியதைக் கேட்டவுடன், சிங்கம் பற்றி அப்பா நினைக்கவே இல்லை.

மனிதக் கண்களுடைய பார்வையை விலங்குகளால் பொறுத்துக்கொள்ள முடியாது என்பது பற்றி, சிறுவனாகிய அப்பா தனது சொந்தக் கருத்தினைப் பெற்றிருந்தார்.

பிறகு ஒரு நாள். ஒரு பெரிய நாய் ஒன்றின் காது மடல்களைப் பிடித்து இழுக்கின்ற ஒரு பையனை, சிறுவனாக இருந்த அப்பா சந்தித்த போது, அந்தப் பையனும், அப்பாவும் ஒருவரை ஒருவர் நன்றாகப் புரிந்து கொண்டார்கள்.

அந்தப் பையன், அப்பாவைப் போல் வயிற்றில் கடிபடுவதற்குப் பதிலாக, இரு கன்னங்களிலும் கடிபட்டான் என்பது விஷயமாக இருக்காது.

எப்படிப் பார்த்தாலும் அவனும் தொப்புளைச் சுற்றி பதினாறு ஊசி போட்டுக்கொள்ள வேண்டியிருந்தது என்பது தான்.

3

அப்பா கவிதை எழுதியது எப்படி?

அப்பா சிறுவனாக இருந்தபோது, எந்நேரமும், எதையாவது வாசிப்பதற்கு மிகவும் விரும்பினார். அப்பாவிற்கு நான்கு வயதாக இருக்கும்போதே, அவர் நன்றாக வார்த்தைகளை, வாக்கியங்களை வாசிப்பதற்குக் கற்றுக்கொண்டார்.

ஒரு நாள் முழுவதையும் வாசித்துக் கழிப்பதற்கே அப்பா செலவிட்டார். அக்கம்பக்கத்து வீட்டுக் குழந்தைகள் எல்லாம், ஓடித் திரிந்து விளையாடிக் கொண்டிருந்த சமயம், அப்பா வீட்டுக்குள்ளேயே முடங்கிக் கிடந்தார். சிறுவனாகிய அப்பா எப்பொழுதும், எதையாவது எடுத்துக் கையில் வைத்துக்கொண்டு படித்துக்கொண்டே இருந்தார்.

ஒரு கட்டத்தில் பாட்டியும், தாத்தாவும், சிறுவனாகிய அப்பா குறித்துக் கவலைப்பட ஆரம்பித்தார்கள். இப்படி எந்நேரமும் வாசித்துக்கொண்டே இருப்பது, இறுதியில் தீமை விளைவிக்கும் ஒன்றாக மாறிவிடும் அபாயம் இருப்பதாக நினைத்துப் பெருத்த மனவேதனைக்கு ஆளானார்கள்.

தெருவில் போய் குழந்தைகளோடு கூடி விளையாடாமல், எப்பப் பார்த்தாலும், புத்தகமே வாசித்துக் கொண்டிருப்பதால், சிறுவனாகிய அப்பாவுக்கு உடல் ஆரோக்கியம் இல்லாமல் போய்விடும் என்றும் தாத்தாவும், பாட்டியும் பயந்து நடுங்கினர்.

சில நாட்களில் சிறுவனாகிய அப்பாவிற்குப் புத்தகங்கள் வாங்கிக்கொடுப்பதை தாத்தாவும், பாட்டியும் நிறுத்தி வைத்தார்கள். நாளொன்றுக்கு மூன்று மணி நேரத்திற்கு மேல் சிறுவனாகிய அப்பாவைப் பாட்டியும், தாத்தாவும் படிக்க விடுவதில்லை. ஆனால், அது அப்பா விஷயத்தில் சரிப்பட்டு வரவில்லை.

சிறுவனாகிய அப்பா, காலையில் இருந்து, இரவு தூங்கப் போகும் வரை தொடர்ந்து படித்துக் கொண்டேதான் இருந்தார். பொதுவாக ஆள் நடமாட்டம் அதிகமான இடங்களில் அமர்ந்து ஒரு நாளைக்கு, மூன்று மணிநேரம் படித்துக் கொண்டிருந்தார். பிறகு காணாமல் போய் விடுவார்.

கட்டிலுக்கு அடியில் ஒளிந்துகொண்டு, மல்லாந்து படுத்தபடியே குறைவான வெளிச்சத்தில் சிறுவனாகிய அப்பா படித்துக்கொண்டு இருப்பார். வீட்டில் தானியங்கள் கொட்டி வைக்கும் பத்தாயத்தின் மேல் ஏறி அமர்ந்துகொண்டு, அதிலிருந்தபடியே பல நேரங்களில் படித்துக்கொண்டு இருப்பார். சமயங்களில் பத்தாயத்தின் மேல் மூடியைத் திறந்து, உள்ளுக்குள் இறங்கி, அமர்ந்துக்கொள்வார். இப்படி சிறுவனாகிய அப்பாவிற்குப் படிப்பதற்கு என்று வீட்டில் பல இடங்கள் கிடைத்துக்கொண்டே இருந்தன.

எல்லாவற்றுக்கும் மேலாக அப்பாவிற்குப் பிடித்தமான இடம், தோட்டத்தில் இருந்த வைக்கோல் போர்தான்... பல நேரங்களில் வைக்கோல் போர் மீது ஏறி அமர்ந்துகொண்டு சிலாகித்துப் படித்துக்கொண்டு இருப்பார். வைக்கோல் போர் மீது உட்கார்ந்து படிப்பது, அப்பாவிற்கு மிகவும் பிடித்தமான ஒரு விஷயமாக இருந்துகொண்டே இருந்தது. அறுவடை முடிந்து, கொண்டு வந்து போடப்பட்ட, புத்தம் புதிய வைக்கோலின் மணம் அப்பாவிற்கு எல்லாவற்றையும் விட மிக அதிகமாகப் பிடித்துப் போனது.

ஒவ்வொரு சாப்பாட்டு நேரத்தின் போதும், பாட்டியும், தாத்தாவும் சிறுவனாகிய அப்பாவைத் தேடிக்கொண்டே இருந்தனர். அவர்கள் சத்தம் போட்டு அப்பாவை அழைப்பதை, சிறுவனாகிய அப்பாவால் கேட்க முடிந்தது. கட்டிலுக்கு அடியில், சமையலறையில், முற்றத்தில், என எல்லா இடங்களிலும், அப்பாவைத் தேடிக் கண்டுபிடிக்கும் படலம் தொடர்ந்துகொண்டே இருந்தது.

இருட்டத் தொடங்கியதும், சிறுவனாகிய அப்பா வீட்டிற்குள் மெதுவாக நுழைவார். இரவு உணவை முடித்துக்கொண்டு போவதற்காகப் பாட்டியைத் தேடுவார். ஆனால் தாத்தாவிடம் வசமாக மாட்டிக்கொள்வார்.

பகல் முழுதும் காணாமல் போனதற்காக, அப்பா தண்டிக்கப்படுவார். பிறகு விரைவாக இரவுச் சாப்பாட்டை, சாப்பிட்டு விட்டுத் தூங்கச் செல்வார் சிறுவனாகிய அப்பா.

எல்லோரும் தூங்கிய பிறகு, நள்ளிரவில் விளக்கைக் கொளுத்தி வைத்துக்கொண்டு மறுபடியும் படிக்கத் தொடங்கி விடுவார்.

விக்ரமாதித்தியன் கதைகள், பஞ்சதந்திர கதைகள், புஷ்கினின் தேவதைக் கதைகள், அம்புலிமாமா கதைகள், ராணி காமிக்ஸ் புத்தகங்கள் என சிறுவனாகிய அப்பா, கண்ணில் பட்டதை எல்லாம் வெறித்தனமாக வாசித்துக்கொண்டே இருந்தார்.

இந்த உலகத்தில் அற்புதமான புத்தகங்கள் பல இருந்தன! அவை ஒவ்வொன்றையும் படித்துவிட வேண்டுமென அப்பா விரும்பினார்.

நேரம் போய்க்கொண்டே இருந்தது. பாட்டி உள்ளே வந்து, அவரிடமிருந்து, புத்தகத்தை வாங்கிவிட்டு, விளக்கை அணைத்துவிட்டுச் செல்வாள்.

பாட்டிசென்ற பின்னர், சிறுவனாகிய அப்பா, மீண்டும் விளக்கை ஏற்றி வைத்துக்கொண்டு, முதல் புத்தகத்தைப் போலவே ஆர்வமூட்டும் மற்றொரு புத்தகத்தைக் கையில் எடுத்துப் படிக்கத் தொடங்கி விடுவார்.

கொஞ்ச நேரத்தில் தாத்தா உள்ளே வருவார். புத்தகத்தை வாங்கிக்கொண்டு, விளக்கை அணைத்துவிட்டு, சிறுவனாகிய அப்பாவின் கன்னத்தில் பலமாக ஒரு அறை விடுவார். தாத்தாவின் அறை அப்பாவின் உணர்வுகளைப் புண்படுத்திய அளவுக்கு, வேறு எந்தக் காயத்தையுமே ஒருபோதும் ஏற்படுத்தியதில்லை.

சிறுவனாகிய அப்பாவைப் பொறுத்தவரை எல்லா செயல்களுமே ஒரு விதமான துயரத்தோடவே முடிந்தன.

முதலாவதாகச் சிறுவனாகிய அப்பா தன்னுடைய கண் பார்வையைக் கெடுத்துக்கொண்டார். ஏனென்றால், கட்டிலுக்குக் கீழும், பத்தாயத்தின் உள்ளும், வைக்கோல் போரின் மீதும் வெளிச்சம் குறைவாகத்தான் இருந்தது. அந்தக் குறைவான வெளிச்சத்தில் தொடர்ந்து படித்துக்கொண்டிருந்ததால்தான், சிறுவனாகிய அப்பாவுக்குக் கண்பார்வையில் பிரச்சனை ஏற்பட்டது.

மேலும் அப்பா செய்த மற்றொரு காரியம், படுக்கையில் போர்வைக்குள்ளாகவும், புத்தகங்களை ஒளித்து வைத்துப் படிப்பதற்கும், சிறுவனாகிய அப்பா கற்றுக்கொண்டு இருந்தார். போர்வைக்குள்ளாக, சிறு துவாரத்தின் வழியாக மட்டுமே வெளிச்சம் வந்தது. குறைவான வெளிச்சத்தில் படுத்துக்கொண்டு படிப்பது என்பது மிகச் சுகாதாரக் குறைவானது. ஆகவே சிறுவனாகிய அப்பா மூக்குக் கண்ணாடி அணிய வேண்டிய சூழலும் ஏற்பட்டது.

இப்படியான ஒரு சந்தர்ப்பத்தில்தான் சிறுவனாகிய அப்பா, முதன் முதலாகக் கவிதை எழுதத் தொடங்கினார்.

ஒரு நாள் ஒரு பூனையைப் பார்த்துச் சொன்னார்:

குடிப்பது பாலை
ஆட்டுவது வாலை

மற்றொரு நாள் ஒரு நாயைப் பார்த்துச் சொன்னார்:

நல்ல நண்பன் நாயும்
கள்வர் மீதே பாயும்

அப்புறம் வைக்கோல் போரின் மீது நின்றுகொண்டிருந்த ஒரு சேவலைப் பார்த்துச் சொன்னார்:

கொத்தித் திரியும் சேவல்
கோழிக்கு நல்ல காவல்

தன் சொந்த அப்பாவைப் பார்த்துச் சொன்னார்;

அச்சத்தை ஒழித்தவர்
ஆண்மையை வளர்த்தவர்

பாட்டியும், தாத்தாவும் சிறுவனாகிய அப்பா சொன்ன கவிதைகள் எல்லாவற்றையுமே மிகவும் ரசித்துக் கேட்டார்கள். அப்பா சொல்லியவற்றை அவர்கள் எழுதியும் பத்திரப்படுத்தி வைத்துக்கொண்டார்கள். தாத்தா அவருடைய நண்பர்களுக்கு, அந்தக் கவிதைகளைக் கொடுத்துப் படிக்கச் சொல்லி மகிழ்ச்சி அடைந்தார். பாட்டியும், வீட்டுக்கு வரும் விருந்தினர்களிடம் தனது மகன் சொல்லிய கவிதைகள் என்று கொடுத்துப் படிக்கச் சொல்வார்.

இப்போதும் கூட, நண்பர்கள் கூட்டமாக இருக்கும்போது, யாராவது சிறுவனாகிய அப்பாவைக் கவிதை பாடச் சொல்வார்கள்.

“உன் கவிதைகளில் சிலவற்றை நீ ஏன் பாடிக் காட்டக்கூடாது?“ என்று சிறுவனாகிய அப்பாவைப் பார்த்துச் சொல்வார்கள்.

பூனை பற்றிய தன்னுடைய சமீபத்திய பாடலைச் சிறுவனாகிய அப்பா மகிழ்ச்சியோடு பாடியும் காட்டுவார். அது இவ்வாறு முடிந்தது:

சித்திரைத் திங்களாய்
முத்திரை பதிக்க வா

கூடியிருந்த பெரிய ஆட்கள் எல்லோருமே அப்பாவின் பாடலைக் கேட்டுச் சிரித்தார்கள். அந்தப் பாடல் சரியில்லை, அது போன்ற ஒரு பாடலை யார் வேண்டுமானாலும், பாட முடியும் என்று அவர்கள் நினைத்தார்கள்.

ஆனால் சிறுவனாகிய அப்பாவோ, அந்தப் பாடலை அற்புதமானது என்றும், உயர்வானது என்றும் நினைத்தார். தான்

ஒரு உண்மையான கவிஞன் தான் என்று சிறுவனாகிய அப்பா முடிவு செய்தார்.

ஒவ்வொரு பிறந்தநாள் விழாவிலும், கேக் சாப்பிடுவதற்கு முன்பும், கேக் சாப்பிட்ட பின்பும் கூட அப்பா தனது கவிதைகளைப் பாடினார்.

அத்தை மாயாவின் திருமணம் நடந்தபோது கூட, தனது பாடல் ஒன்றைப் பாடிக் காட்டினார் அப்பா. அந்தப் பாடல் அவ்வளவு சுவாரசியமானதாக அமையவில்லை. ஏனென்றால் அப்பாடல் இப்படியாகத்தான் தொடங்கியது.

அத்தை மாயாவுக்கே
இத்தனை விரைவாய்
திருமணம் நிகழுமென
ஒருவரும் கருதவில்லை!

இதைக் கேட்டவுடன், திருமணத்திற்கு வந்திருந்த எல்லோரும் மனம் விட்டுச் சிரித்தார்கள். ஆனால் அத்தை மாயா அழுதுவிட்டாள். தாரைதாரையாக வழிந்த கண்ணீரோடு, அத்தை அவளது அறைக்குள்ளாக ஓடினாள். மாப்பிள்ளையோ, அழவில்லை என்றாலும், முகத்தில் கொஞ்சம் கூட சிரிப்பு இல்லாமல்தான் இருந்தார்.

அப்பாவைப் பாட்டியோ, தாத்தாவோ தண்டிக்கவில்லை, ஏனென்றால், அத்தை மாயாவின் உணர்வுகளைப் புண்படுத்த வேண்டும் என்று சிறுவனாகிய அப்பா கருதவில்லை.

எனினும் முன்னர் போல தன்னுடைய கவிதையைக் கேட்டுப், பெரியவர்களில் சிலர் மகிழ்ச்சி அடையவில்லை என்பதை, அப்போதுதான், அப்பா கவனிக்கத் தொடங்கினார். பிறகு அங்கு கூடியிருந்தவர்களில் ஒருவர், மற்றொருவரிடம் இவ்வாறு கூறினார்.

“தனது முட்டாள்தனமான கவிதைகள் வேறு எதையுமே, அந்த அதிசயக் குழந்தை பாடப் போவதில்லை என்று நான் நிச்சயமாக நம்புகிறேன்”

இதைக் கேட்ட சிறுவனாகிய அப்பா, பாட்டியிடம் ஓடிச்சென்று, “அதிசயக் குழந்தை என்றால் என்ன அர்த்தம்” என்று கேட்டார்.

“வித்தியாசமான குழந்தை என்றுதான் அதற்கு அர்த்தம்” என்றாள் பாட்டி.

“அவன் என்ன செய்துகொண்டு இருக்கிறார்?” என்றார் சிறுவனாகிய அப்பா.

அதுவா, அவன் நன்றாகக் கால்பந்து விளையாடுவான், அல்லது மிக நன்றாக நாட்டுப்புறப் பாடல்களைப் பாடுவான். அல்லது நன்றாக இசைக்கருவிகளை இசைப்பதில் வல்லவனாக இருப்பான், அல்லது ஏராளமான கேள்விகளைத் தன் தாயாரிடம் கேட்பது பற்றிக் கவலைப்பட மாட்டான்" என்றெல்லாம் பாட்டி சொல்லிக் கொண்டிருந்தாள்.

"அவன் பெரியவனாக வளர்ந்தபோது என்ன நடந்தது?" என்று கேட்டார் சிறுவனாகிய அப்பா.

"அவன் வழக்கம் போல மிகவும் சாதாரணமான மனிதனாக மாறுகிறான்" என்று சொன்னாள் பாட்டி.

"நன்றி" என்றார் சிறுவனாகிய அப்பா, இப்போது நான் புரிந்துக்கொண்டேன்.

அடுத்த பிறந்தநாள் விழாவில், அப்பா தன்னுடைய கவிதையைப் பாடவில்லை. மற்றவர்கள் பாடச் சொல்லி கேட்டபோதும், தனக்கு தலைவலி இருப்பதாகக் கூறி, சிறுவனாகிய அப்பா, நழுவிக்கொண்டார். அதன் பிறகு, மிக நீண்ட நாட்களுக்கு, அவர் கவிதையே எழுதவில்லை.

இப்போதும் கூட பிறந்தநாள் விழாவில் யாரேனும், அவரைக் கவிதை பாடும்படி கேட்கும்போது, அப்பாவிற்குத் தலை வலிக்கத் தொடங்கிவிடும்.

4

அப்பா டாக்டரைக் கடித்தது எப்படி?

அப்பா சிறுவனாக இருந்தபோது, அவருக்கு அடிக்கடி சளி பிடித்துவிடும், மூக்கு ஒழுகும். அப்படியே கையால் துடைத்து, பிறகு அதை அப்படியே சட்டையில் தேய்த்துக் கொள்வார். இரவு, பகல் எந்நேரமும் அப்பா தும்மல் போட்டுக்கொண்டே இருப்பார். அடிக்கடி இருமவும் செய்வார். சில நாட்கள் அப்பாவுக்குத் தொண்டை வெந்துபோய் புண்ணும் வந்தது. சில சமயம் அப்பாவுக்குக் காதுவலியும் ஏற்பட்டது.

ஒரு நாள் அவருடைய பெற்றோர் அவரை ஒரு டாக்டரிடம் கூட்டிச் சென்றார்கள். மருத்துவமனைக்குள் நுழைவதற்கு முன்பாக, வாசலில் ஒரு போர்டு மாட்டி இருந்தது. அதில் காது, மூக்கு, தொண்டை, நிபுணர் என்று ஊதா நிறத்தில் எழுதப்பட்டு இருந்தது. "இதுதான் டாக்டருடைய பெயரா?" என்று சிறுவனாகிய அப்பா கேட்டார்.

"இல்லை, அவற்றிற்கு வைத்தியம் பார்ப்பவர், தயவு செய்து சேட்டை பண்ணாமல் அமைதியாக இரு!" என்று சிறுவனாகிய அப்பாவிடம் சொன்னாள் பாட்டி.

அப்பாவினுடைய காது,மூக்கு,தொண்டை இவற்றைப் பரிசோதிக்க ஆரம்பித்தார் டாக்டர்.

நன்றாகப் பரிசோதித்துப் பார்த்த டாக்டர், சிறுவனாகிய அப்பாவுக்கு அறுவை சிகிச்சை செய்ய வேண்டும் என்றும், அப்படி செய்துவிட்டால், பிறகு ஒரு போதும், அப்பாவிற்கு எந்தப் பிரச்சனையும் வராது என்றும் கூறினார்.

சிறுவனாகிய அப்பாவிற்குத் தொண்டையில் அடினாய்டு இருப்பதாகவும், அதை அறுவை சிகிச்சை செய்து அகற்ற வேண்டியிருப்பதாகவும் டாக்டர் கூறினார்.

உடனே அப்பாவை, அவருடைய பெற்றோர்கள், கோயம்புத்தூருக்குக் கூட்டிச் சென்றனர்.

அது பெரிய மருத்துவமனையாக இருந்தது. நிறைய பேர் சிகிச்சை செய்து கொள்ள வரிசையில் காத்திருந்தனர்.

சிறுவனாக இருந்த அப்பாவிற்கு சிகிச்சை செய்ய வந்த டாக்டர், மிகவும் வயதானவராக இருந்தார். அதே நேரத்தில் மிகவும் கண்டிப்பானவராகவும் இருந்தார். அவர் தலை முழுக்க நரைத்து, ஒரே வெள்ளையாக இருந்தது.

சிறுவனாகிய அப்பாவை அருகில் அமர வைத்த டாக்டர், "எங்கே உன் வாயைத் திற" என்றார்.

அப்பா பயந்து போனவராய் தன்னுடைய வாயைத் திறந்தபோது, அந்த வெள்ளை முடி டாக்டர், சிறுவனாகிய அப்பாவுக்கு சிறிய நன்றி கூட கூறவில்லை.

அவர் வெறுமே தன்னுடைய கையை சிறுவனாகிய அப்பாவின் வாய்க்குள் நுழைத்தார். உள்ளுக்குள்ளாகவே எதையோ துழாவிக்கொண்டே இருந்தார். அந்த வயதான டாக்டர் அப்படி செய்தது, அப்பாவிற்கு மிகவும் வலியை உண்டாக்குவதாக இருந்தது. மேலும் அப்பாவிற்கு அது மகிழ்ச்சியானதாகவும் இல்லை.

"ஆகா! அது இங்குதான்!" என்று சொல்லி இன்னும் கடினமாக டாக்டர் அழுத்தியபோது, திடீரென்று "அய்யோ என்று சத்தமிட்டபடி," அப்பாவின் வாய்க்குள் இருந்து வேகமாக தனது கையை வெடுக்கென்று வெளியே இழுத்தார் அந்த வயதான டாக்டர். அவருடைய பெருவிரலில் ரத்தம் குபுக்கென்று வடிந்ததை அங்கிருந்த எல்லோருமே பார்த்தார்கள்.

டாக்டர் இருந்த அறை முழுவதும், மிகவும் அமைதியாயிற்று, பிறகு டாக்டர் சொன்னார்.

"அயோடின் எடுத்துக்கிட்டு வாங்க" அவருக்கு அயோடின் கொடுக்கப்பட்டது. கட்டைவிரலின் மேலாக அயோடினைக் கொஞ்சம் பூசிக்கொண்டார். பிறகு "காயத்தைக் கட்ட துணி எடுத்து வாருங்கள்'' என்று கத்தினார். அவருக்குத் துணி கொடுக்கப்பட்டது. தன்னுடைய மற்றொரு கையால் கட்டைவிரலில் கட்டுப் போட்டுக் கொண்டார்.

பிறகு அந்த டாக்டர் மிகவும் அமைதியானார். தணிவான குரலில் பேசத் தொடங்கினார்.

"நான் நாற்பது ஆண்டுகளாக டாக்டர் தொழில் பார்த்து வருகிறேன். இதுவரை இப்படி ஒரு சம்பவம் நடந்தே இல்லை. இப்போது தான் முதன்முறையாகக் கடிபட்டுள்ளது" என்று கூறினார் டாக்டர்.

''அறுவை சிகிச்சை செய்துகொள்ள நீங்கள் வேறு டாக்டரைத்தான் பார்க்க வேண்டும். நான் புறப்படுகிறேன்.

இதிலிருந்து என் கையைக் கழுவிக்கொள்கிறேன்!" அதன் பிறகு அவர் சோப்புப் போட்டு நீரில் கைகளைக் கழுவி விட்டுப் புறப்பட்டார். இதற்குப் பிறகு தாத்தா மிகவும் கோபமடைந்தார். அவர் சொன்னார்:

"நாங்கள் உன்னைக் கோயம்புத்தூருக்கு அழைத்து வந்தது குறிப்பாக இந்த டாக்டரைப் பார்ப்பதற்காகத்தான்! அவர் உனக்கு வைத்தியம் பார்த்து, குணப்படுத்த விரும்பினார். ஆனால் நீ என்ன செய்தாய்! அவருடைய கட்டை விரலைக் கடித்துக் காயத்தை ஏற்படுத்திவிட்டாய்.." என்று சிறுவனாகிய அப்பாவைப் பார்த்து திட்டத் தொடங்கிவிட்டார் தாத்தா.

'இரு. இந்த மருத்துவமனைக்குப் பக்கத்திலேயே பல் டாக்டர் ஒருத்தர் இருக்கிறார் என்பதை நீ தெரிந்துகொள். அங்குதான் டாக்டர்களைக் கடிப்பவர்களின் பற்களைப் பிடுங்குகிறார்களாம்' என்று சிறுவனாகிய அப்பாவிடம் சொல்லிக்கொண்டு இருந்தார் தாத்தா.

"இங்க பார். நீ சமத்தாக இந்த டாக்டரிடம் வைத்தியம் பார்த்துக் கொள்கிறாயா? இல்லை, முதலில் அந்தப் பல் டாக்டரிடம் பல்லைப் பிடுங்கிக் கொள்ள விரும்புகிறாயா?" இப்படி தாத்தா சொல்லியதும் சிறுவனாகிய அப்பா, மிகவும் பயந்துபோனார்.

உடனே தாத்தா, ''நீ இந்த டாக்டரிடம் வைத்தியம் பார்த்துக்கொள். அறுவை சிகிச்சை முடிந்த பிறகு நான் உனக்கு ஐஸ்கிரீம் வாங்கித் தருவேன்'' என அப்பாவிடம் உறுதி அளித்தார்.

ஐஸ்கிரீம் என்ற வார்த்தையைக் கேட்டதும், அப்பா மிகுந்த மகிழ்ச்சி அடைந்தார்.

ஏனெனில் இதற்கு முன், ஐஸ்கிரீம் சாப்பிட அப்பா ஒரு போதும் அனுமதிக்கப்பட்டதே இல்லை. அவருடைய காது, மூக்கு, தொண்டை, ஆகியவை இன்னும் மோசமாக போய்விடும் என்பதற்காகத் தாத்தாவும், பாட்டியும் பயந்து போய் அப்பாவை ஐஸ்கிரீம் சாப்பிட விட்டதே இல்லை.

ஆனால் அப்பா ஐஸ்கிரீமை மிகவும் விரும்பினார். அதைப் பற்றி நினைக்கும்போதே அவருடைய நாக்கில் எச்சில் ஊறத் தொடங்கியது.

இது போன்று தொண்டை அறுவை சிகிச்சைக்குப் பிறகு, குழந்தைகளுக்கு ஐஸ்கிரீம் கொடுப்பார்கள் என்றும், மருத்துவமனையில் கூறினார்கள். ஏனெனில் அறுவை சிகிச்சையின்

போது கொட்டும் ரத்தத்தை, ஐஸ்கிரீம் தடுத்து நிறுத்தி விடுமாம். அதனால் அந்நாட்களில், அவர்கள் அதுபோன்று செய்வதுண்டு. ஆகவே ஐஸ்கிரீமை நினைத்துக்கொண்டு அப்பா சொன்னார். "இனிமேல் நான் யாரையுமே கடிக்க மாட்டேன்" என்று.

இருப்பினும், அறுவை சிகிச்சை செய்த அந்த டாக்டர், அப்பாவை எச்சரித்தார்.

"நினைவிருக்கட்டும், நீ கடிக்கமாட்டேன் என்று உறுதி அளித்திருக்கிறாய்"

அப்பாவும் திரும்பச் சொன்னார் நான் கடிக்க மாட்டேன் என்று.

அப்பாவை ஒரு வித்தியாசமான நாற்காலியில் தூக்கி வைத்தார்கள்.

அவருடைய கைகளையும், கால்களையும் இறுக்கமாகப் பிடித்துக்கொண்டார்கள். அவர் முன்னைப் போல யாரையும் கடித்து விடக்கூடும் என்பதற்காக அல்ல, எப்போதும் அவர்கள் குழந்தைகளை அப்படித்தான் செய்தார்கள். டாக்டர் தனது வேலையைச் செய்ய, குழந்தைகள் குறுக்கிடக்கூடாது என்பதற்காகச் செய்யப்பட்டது. ஆனால் அப்படி அவர்கள் செய்தது அப்பாவிற்கு மிகவும் வேதனையாக இருந்தது. ஆனால் அப்பா அந்நேரம் முழுக்க ஐஸ்கிரீமைப் பற்றியே நினைத்துக் கொண்டிருந்தார்.

பிறகு டாக்டர் சொன்னார் "நல்லது அவ்வளவுதான், நீ தைரியசாலிதான், அழக்கூட இல்லை!"

அப்பா, மிகவும் மகிழ்ச்சி அடைந்தார். பிறகு திடீரென்று டாக்டர் சொன்னார்.

"ஓ, தம்பி, இன்னும் கொஞ்சம் உனது தொண்டைக்குள் இருந்துவிட்டது. இன்னும் நொடிப்பொழுது உன்னால் தாங்கிக் கொள்ள முடியுமா..?"

"ஆம்!" என்றார் அப்பா. ஆனால் மீண்டும் ஐஸ்கிரீம் பற்றி நினைக்கத் தொடங்கினார்.

"இப்போது, உண்மையாகவே, நல்லபடியாக அறுவைசிகிச்சை முடிந்துவிட்டது" என்றார் டாக்டர். "நீ மிக அருமையான பையன்! இப்போது நீ கொஞ்சம் ஐஸ்கிரீம் சாப்பிட முடியும், எந்த மாதிரியான ஐஸ்கிரீம் உனக்குப் பிடிக்கும்" என்றார் டாக்டர்.

"வெனில்லா" என்ற அப்பா, தாத்தாவை உற்றுப் பார்த்தார். ஆனால் தாத்தா இன்னமும் அப்பாவின் மீது மிகுந்த கோபத்தோடவே இருந்தார்.

"உனக்கு ஐஸ்கிரீம் வாங்கிக் கொடுக்க முடியாது. அப்பொழுதுதான் அடுத்த முறை நீ யாரையும் கடிக்கமாட்டாய்"

என்றார் தாத்தா. அச்சமயம், தனக்கு ஐஸ்கிரீம் கிடைக்கப் போவதில்லை என்பதை அறிந்த அப்பா, கண்ணீர் விட்டு அழுதார். பாட்டி உட்பட, மருத்துவமனையில் இருந்த எல்லோருமே அப்பாவிற்காக மிகுந்த வருத்தப்பட்டார்கள்.

ஆனால் தாத்தா வாங்கிக் கொடுப்பதில்லை என்பதில் மிகவும் உறுதியாக இருந்தார். தான் இன்னமும், அந்த ஐஸ்கிரீம் பற்றி,

நினைவு வைத்திருப்பது நியாயமில்லை என்று சிறுவனாகிய அப்பா ஒரு கட்டத்தில் உணரத் தொடங்கினார்.

அப்போதிலிருந்து, எந்தளவுக்கு வெனில்லா, சாக்லேட், ஸ்ட்ராபெர்ரி என்று அவர் ஐஸ்கிரீமை சாப்பிட்டாலும், தனக்கு அறுவை சிகிச்சை முடிந்ததும் வாங்கித் தருவதாக உறுதி கூறப்பட்ட ஐஸ்கிரீமை மட்டும் அவரால் மறக்க முடியவில்லை.

அறுவைசிகிச்சைக்குப் பிறகு அடிக்கடி நோய்வாய்ப்படுவதை அப்பா நிறுத்திக்கொண்டார். குறைவாகத் தும்மினார். குறைவாக இருமினார். அவருடைய தொண்டையில் இருந்த வலியும் குறைந்தது. அதே போல்தான் காதும் வலிக்கவே இல்லை.

அறுவை சிகிச்சை அப்பாவுக்குப் பெரிதும் உதவியாக இருந்தது. பின்பு வந்த நாட்களில் நன்றாக இருப்பதற்காகச் சில வேளைகளில், ஓரளவு வேதனையைப் பொறுத்துக்கொள்ள வேண்டியிருக்கிறது என்பதை அப்பா உணர்ந்து கொண்டார்.

அதன் பிறகு பல மாறுபட்ட டாக்டர்கள் அவரை, வெட்டவும், குத்தவும் செய்தாலும், அவர் யாரையுமே ஒரு போதும் கடிக்கவேயில்லை. ஏனெனில் அவர்கள் எல்லோருமே தனக்கு உதவ முயன்று கொண்டிருக்கிறார்கள் என்பதை, சிறுவனாகிய அப்பா அறிந்துகொண்டார்.

டாக்டரைப் பார்த்து விட்டுத் திரும்பும், ஒவ்வொரு முறையும் அப்பா, தனக்குக் கொஞ்சம் ஐஸ்கிரீம் வாங்கினார். ஏனெனில் இன்று வரை அப்பா அதை விரும்புகிறார்.

5

அப்பா தொழிலைத் தேர்ந்தெடுத்தது எப்படி?

அப்பா சிறுவனாக இருந்தபோது, அவரிடம் அடிக்கடி ஒரே மாதிரியான கேள்வியே கேட்கப்பட்டது. "நீ பெரியவனாகும் போது என்னவாக விரும்புகிறாய்? டாக்டரா? இஞ்சினியரா?" என்பதுதான் சிறுவனாகிய அப்பாவிடம் அடிக்கடி, பெரியவர்களால் கேட்கப்பட்ட கேள்வி.

இல்லை, என்று பதில் சொல்லும் அப்பா, அதற்கென்று எப்போதுமே ஒரு பதிலைத் தயாராகவே வைத்திருந்தார். ஆனால் ஒவ்வொரு முறையும் அவருடைய பதில் வித்தியாசமாக இருந்தது.

முதலில் அப்பா, "நான் ஒரு கூர்க்காவாக ஆகப் போகிறேன்" என்று பதில் சொல்லிக்கொண்டு இருந்தார். காரணம் தினமும் இரவில் அவர் அந்த நேபாளியான கூர்க்காவைப் பார்த்தார். அந்த கூர்க்கா அணிந்திருந்த காக்கி உடை அப்பாவை மிகவும் கவர்ந்தது. அந்த கூர்க்காவைத் தெருவில் எல்லோருமே நேசித்தார்கள்,

இரவானால், தங்களுடைய உடைமைகளையும், தங்களுடைய குழந்தைகளையும், எல்லோரையுமே அந்த கூர்க்காதான் பாதுகாத்து வருவதாக எல்லோருமே பேசிக்கொண்டார்கள். இதனால் சிறுவனாகிய அப்பாவிற்குத் தானும் ஒரு கூர்க்காவாக வேண்டும் என்ற ஆசை வந்தது.

எல்லாவற்றுக்கும் மேலாக இரவு நேரத்தில், தெருக்களில் அந்த கூர்க்கா ஊதிக்கொண்டு போகும் விசில் சத்தம் அப்பாவிற்கு மிக விருப்பமான இசையாக இருந்தது. தான் பெரியவனாக ஆனதும், அந்த கூர்க்கா மாதிரி உடையணிந்து, அதே போன்ற ஒரு விசிலைத் தெருக்களில் ஊதிச் செல்ல வேண்டும் என்று அப்பா மிகவும் விருப்பத்தோடு இருந்தார்.

அதனாலேயே, சிறுவனாகிய அப்பாவிடம், "நீ பெரியவனானதும், என்னவாகப் போகிறாய்?" என்று யாராவது கேட்டுவிட்டால், உடனே "நான் கூர்க்காவாகப் போகிறேன்" என்று அப்பாவிடமிருந்து சரவெடி மாதிரி பதில் வரும். தான் ஒரு கூர்க்காவாக ஆகப்போகிறேன் என்பதில் அப்பா உறுதியாக இருந்தார்.

நாட்கள் நகர்ந்தன, அப்பா ஒரு நாள் ஐஸ் வண்டியைத் தள்ளிக்கொண்டு வந்த ஒரு மனிதரைப் பார்த்தார். அவரது ஐஸ் பெட்டி பல வண்ணங்களில் இருந்தது. அவரது கைகளில் நிறைய

ஐஸ்களை வைத்திருந்தார். பெட்டிக்குள்ளும் ஏராளமான ஐஸ்கள் இருந்தது.

அவரைச் சுற்றி நிறைய குழந்தைகள் சிரித்த முகத்தோடு, உற்சாகமாக நின்றுகொண்டு இருந்தனர். எல்லோருடைய கைகளிலும், பச்சை, மஞ்சள், சிவப்பு, ஊதா என்று பல நிறங்களில் ஐஸ் இருந்தது. அவரை சிறுவனாகிய அப்பாவிற்கு மிகவும் பிடித்துவிட்டது.

அன்றிலிருந்து சிறுவனாகிய அப்பா, தான் ஒரு ஐஸ் விற்பவராக ஆகப்போகிறேன் என்று உறுதி மேற்கொண்டார். ஏனென்றால்! அவரால் ஒரு ஐஸ் வண்டியைத் தள்ள முடியும். தான் விரும்பும் எல்லா ஐஸ்களையும் சிறுவனாகிய அப்பாவால் சாப்பிட முடியும்.

"நான் ஒவ்வொரு ஐஸ் விற்கும் போதும், நானும் ஒரு ஐஸ் சாப்பிடுவேன்!" என்று அப்பா நினைத்து வந்தார். மேலும், "சின்ன சின்னக் குழந்தைகளுக்கு எல்லாம், ஐஸ்களை இலவசமாகக் கொடுத்து மகிழ்வேன்" என்றும் சிறுவனாகிய அப்பா சொல்லி வந்தார்.

தங்களுடைய மகன் ஒரு ஐஸ் விற்பவராக ஆக விரும்புகிறான் என்பதைக் கேட்டபோது, சிறுவனாகிய அப்பாவின் பெற்றோர்கள் பெரிதாக ஆச்சரியமடைந்தார்கள். அது மிகவும் வேடிக்கையான ஒரு செயல் என்று நினைத்தார்கள். ஆனால் சிறுவனாகிய அப்பாவோ, தான் பெரியவனாக வளரும்போது, ஐஸ் விற்பது ஒரு சுவையான தொழிலாக இருக்கும் என்று கருதினார்.

பிறகு ஒரு நாள் சிறுவனாகிய அப்பா, ஒரு அரசுப்பேருந்து டெப்போவைப் பார்த்தார். நிறைய பேருந்துகள் அந்த டெப்போவில் நின்றுகொண்டு இருந்தன. ஒரு சிலர் பேருந்தின் டயர்களைக் கழற்றிக்கொண்டு இருந்தனர்.

வேறு சிலர் அந்த டயர்களை உருட்டிக்கொண்டு ஓடினார்கள். அப்படியான ஒரு பேருந்தின் டயரை, அப்பா இதுவரை உருட்டிக்கொண்டு ஓடியதில்லை. அப்படி ஒரு டயரை உருட்டிக்கொண்டு போவதில் அப்பாவுக்குப் பிரியம் அதிகமாகியது.

ஒருவர் ஒரு பேருந்தின் அடியில் படுத்துக்கொண்டு கையில், ஒரு ஸ்பானரை வைத்து எதையோ திருகிக்கொண்டு இருந்தார். சிறுவனாகிய அப்பாவிற்கு, அந்த டெப்போ மிகவும் பிடித்த இடமாக மாறிக்கொண்டு இருந்தது.

உடனே "இவர்கள் எல்லாம் யார்?" என்று சிறுவனாகிய அப்பா, தாத்தாவிடம் கேட்டார்.

“பேருந்துகளை” சரி செய்கிற மெக்கானிக்குகள்” என்று சொன்னார் தாத்தா.

இப்போது தனக்கு என்னவாக விருப்பம் என்பதை சிறுவனாகிய அப்பா அறிந்துகொண்டார்!.

ஒன்று சிந்தியுங்கள்! அந்த மெக்கானிக்குகள் ஒரு பேருந்தையே, கழற்றி, மாட்டி ஒன்று சேர்க்கிறார்கள்! இதைவிட இந்த உலகத்தில் வேறு எந்த விஷயம் சுவாரசியமானதாக இருக்க முடியும். வெளிப்படையாகச் சொன்னால் வேறு எதுவுமே இல்லை.

அப்போதிருந்து சிறுவனாகிய அப்பா, தான் ஒரு மெக்கானிக் ஆகப் போகிறேன் என்று சொன்னார்.

அப்பா சொன்னதைக் கேட்ட யாரோ ஒருவர், “அப்ப, ஐஸ் விற்பது என்னவாயிற்று” என்று கேட்டார்.

இது ஒரு பிரச்சனை! மெக்கானிக் ஆவது என்று அப்பா முடிவு செய்துவிட்டார். ஆனாலும் கலர், கலரான ஐஸ் விற்கும் தொழிலும் அப்பாவிற்குப் பிடித்து இருந்தது, ஐஸ் விற்பதை விட்டுவிடவும் அப்பா விரும்பவில்லை. கடைசியாக அப்பா ஒரு வழியைக் கண்டுபிடித்தார்.

‘‘நான் ஒரு மெக்கானிக் ஆகவும், ஐஸ் விற்பவராகவும் இருப்பேன்!” என்றார்.

கேட்ட ஒவ்வொருவரும் அதிசயித்துதான் போனார்கள். ஆனால் சிறுவனாகிய அப்பாவோ எல்லாவற்றையும் மிகவும் தெளிவாக விளக்கினார்.

“அது ஒன்றும் சிரமமான காரியமில்லை, காலையில் நான் ஐஸ் விற்பேன். கொஞ்ச நேரம் ஐஸ் விற்ற பிறகு பேருந்து டெப்போவிற்குச் செல்வேன், அங்கு சில பேருந்துகளைச் சரி செய்த பின், திரும்பவும் ஐஸ் விற்பதற்காகக் கிளம்பி விடுவேன். பிறகு திரும்பவும் டெப்போவிற்குப் போய் வேலை செய்வேன். பிறகு இன்னும் கொஞ்சம் ஐஸ் விற்பேன். அது ஒன்றும் எனக்குச் சிரமமாக இருக்காது. ஏனென்றால் எனது ஐஸ் வண்டியை டெப்போவிற்கு அருகிலேயே நிறுத்தி வைத்துக்கொள்வேன். டெப்போவை விட்டுத் தொலைவிற்குப் போகவே மாட்டேன்” என்று அப்பா, மூச்சிரைக்க சொல்லிக்கொண்டு இருந்தார்.

அப்பா சொல்லியதைக் கேட்டுக் கொண்டு இருந்த ஒவ்வொருவரும் திரும்பவும் சிரித்தார்கள். சிறுவனாகிய அப்பா கோபமடைந்து சொன்னார்.

“நீங்கள் என்னைப் பார்த்துச் சிரிப்பதாக இருந்தால், நான் இந்த வேலைகளோடு சேர்த்து, இரவு நேர கூர்க்காவாகவும்

வேலைபார்ப்பேன். ஏனென்றால் இரவில் செய்வதற்குத்தான், எந்த வேலையுமே இல்லை என்று கோபமாகச் சொன்னார்'' சிறுவனாகிய அப்பா.

எல்லாமே பிறகு தீர்த்து வைக்கப்பட்டது. ஆனால் பிறகு அப்பா ஒரு நாள் டிரைவராக விரும்பினார். அப்புறம் வாத்தியாராக விரும்பினார். பிறகு தாத்தாவோடு ஒரு நாள் பனியன் கம்பெனிக்குச் சென்றபோது, பனியன் கம்பெனியில் வேலை செய்யப் போவதாக சொன்னார்.

இத்துடன் தான் ஒரு பைலட் ஆகப் போகிறேன் என்றும், ஒரு கப்பல் மாலுமியாக ஆகப் போகிறேன் என்றும் அப்பா நினைத்து வந்தார். அல்லது குறைந்தது கையில் கம்பை வைத்துக்கொண்டு, தான் ஒரு மாடு மேய்ப்பவராகத் தனது நாட்களைக் கழிக்க சிறுவனாகிய அப்பா விரும்பினார்.

இறுதியாக, சிறுவனாகிய அப்பா, தான் உண்மையாகவே ஒரு நாய் ஆக விரும்புவதாகத் தீர்மானித்தார். நாள் முழுக்க, கைகள், முழங்கால்களைக் கொண்டு சுற்றிலும், ஓடி, அந்நியர்களைப் பார்த்துக் குரைத்தார். ஒரு வயதான பெண், அப்பாவின் தலையைத் தடவிக் கொடுக்க விரும்பியபோது, அந்தப் பெண்ணைக் கடிக்கவும் முயற்சி செய்தார்.

நாயைப் போல மிக நன்றாகக் குரைப்பது எப்படி என்பதை சிறுவனாகிய அப்பா, விரைவிலேயே கற்றுக்கொண்டார். ஆனால் காலால் தனது காதுக்குப் பின்புறம் எப்படிச் சொறிந்துகொள்வது என்பதை மட்டும் அப்பாவால் கற்றுக்கொள்ள முடியவில்லை.

மிகவும் சிரமப்பட்டு முயன்றும், வெளியே சென்று, உண்மையான நாய்க்கு அருகே அமர்ந்தால் மிக விரைவாகக் கற்றுக்கொள்ள முடியும் என்றும் அப்பா நினைத்தார். அவர் செய்ததும் மிகச் சரியாக அதையே தான்.

அந்தச் சமயத்தில் ஓர் விவசாயி அந்த வழியாகத் தெருவில் நடந்து போய்க்கொண்டிருந்தார். அவர் நின்று சிறுவனாகிய அப்பாவைப் பார்த்தார். சற்று நேரம் அப்பாவைக் கவனித்து விட்டு, சிறுவனாகிய அப்பாவைப் பார்த்து அவர் கேட்டார்.

“இங்கே என்ன செய்து கொண்டிருக்கிறாய்?”

நான் ஒரு நாயாக இருக்க விரும்புகிறேன் என்று சிறுவனாகிய அப்பா சொன்னார்.

பிறகு அந்த விவசாயி கூறினார்.

“ஒரு மனிதனாக வேண்டும் என நீ விரும்பவில்லையா?”

''நான் நீண்ட காலமாக மனிதனாகத்தான் இருந்து கொண்டிருக்கிறேன்'' என்றார் சிறுவனாகிய அப்பா.

“ஒரு நாயாகக் கூட இருக்க முடியவில்லை என்றால், நீ என்ன மாதிரியான ஆள்? அது போல ஒரு மனிதன் இருக்க முடியுமா?” என்றார் அந்த விவசாயி.

''சரி, அந்த மனிதன் எது போல இருக்கிறான்?'' என்று சிறுவனாகிய அப்பா கேட்டார்.

“அதை நீயாகவே சிந்தித்துப் பார்'' என்று அந்த விவசாயி கூறிவிட்டு, அங்கிருந்து நடந்து சென்றுவிட்டார்.

அவர் சிரித்துக்கொண்டு இருக்கவில்லை, ஏன்! கோபம் கூட அடையவில்லை, ஆனால் சிறுவனாகிய அப்பா திடீரென்று தன்னைப் பற்றி மிகவும் வெட்கப்பட்டுப் போனார். சிந்திக்கத் தொடங்கினார். மென்மேலும் சிந்தித்தார்., அதிகமாகச் சிந்தித்தது, தன்னைப் பற்றி அதிகம் வெட்கப்படும்படி செய்தது.

அந்த விவசாயி, சிறுவனாகிய அப்பாவிடம் எதையும் விளக்கிச் சொல்லவில்லை. ஆனால் தன்னுடைய மனதை ஒவ்வொரு நாளும் மாற்றிக்கொள்ள முடியாது என்பதை அப்பா திடீரென்று புரிந்துகொண்டார். மேலும் மிகவும் முக்கியமானது என்னவென்றால், தான் என்னவாக ஆகவேண்டும், என்று அறிந்துகொள்வதற்குத் தான் மிகவும் சின்னவன் என்பதையும் சிறுவனாகிய அப்பா புரிந்துகொண்டதுதான்.

“மறுமுறை நீ வளர்ந்த பிறகு என்னவாக வேண்டும்?” என்கிற கேள்வியை, அப்பா மற்றவர்களை மனதில் நினைத்துக்கொண்டு, தனக்குத் தானாகவே கேட்டுக்கொண்டார்.

“நான் மனிதனாக இருக்க விரும்புகிறேன்”

ஒருவருமே சிரிக்கவில்லை. எல்லாவற்றிலும் இதுவே சிறந்த பதில் என்பதைச் சிறுவனாகிய அப்பா புரிந்துகொண்டார். அவர் இன்னமும் அப்படித்தான் நினைக்கிறார். எல்லாவற்றிற்கும் முதலாக நீங்கள் நல்ல மனிதனாக இருக்க வேண்டும். இதுதான் ஒரு பைலட் ஆக இருந்தாலும், மாடு மேய்ப்பவராக இருந்தாலும், ஐஸ் விற்பவராக இருந்தாலும், மிக முக்கியமானது முதலில் மனிதனாக இருக்க வேண்டும் என்பதுதான்.

ஏனென்றால், காலால் தனது காதுக்குப் பின்புறம் எப்படிச் சுரண்டுவது என்பதை ஒரு மனிதன் உண்மையிலேயே தெரிந்துக் கொள்ள வேண்டியதில்லை.

6

அப்பா இசை படித்தது எப்படி?

அப்பா சிறுவனாக இருந்தபோது, அவருடைய பெற்றோர்கள், அவருக்கு எல்லாவிதமான, விளையாட்டுச் சாமான்களையும் வாங்கிக்கொடுத்தனர். வீடு முழுவதும் ஏராளமான விளையாட்டுச் சாமான்கள் இறைந்து கிடக்கும்.. ஒரு சிவப்பு நிற ப்ளாஸ்டிக் பந்து, அப்பறம் ஒரு பொம்மை கார், மரப்பாச்சி, ஒரு கால்பந்து. இப்படி சிறுவனாகிய அப்பாவிற்கு நிறைய விளையாட்டுப் பொருட்களை வாங்கிக் கொடுத்தார்கள்.

சிறுவனாகிய அப்பா அதில் அநேகமானவற்றை உடைத்துப் போட்டு விடுவார். பாட்டி, விளையாட்டுப்பொருட்கள் என்றால் குழந்தைகள் உடைக்கத்தான் செய்வார்கள். அப்படி அவர்கள் உடைத்தால்தான், உண்மையிலேயே விளையாடி இருக்கிறார்கள் என்று அர்த்தம்" என வரும் விருந்தினர்களிடம் சொல்லிக்கொண்டு இருப்பாள் பாட்டி.

திடீரென ஓர் நாள், மேலும் ஒரு விளையாட்டுச் சாமானை வாங்கி வந்தார் தாத்தா. உண்மையில் அது விளையாட்டுச் சாமான் இல்லை. நிஜமான ஒரு வயலின், அதற்கு முன்பு சிறுவனாகிய அப்பா அதை சில சினிமாவில்தான் பார்த்திருக்கிறார். நன்றாகப் பளபளவென்று பார்ப்பதற்குக் கொள்ளை அழகுடன், இருந்தது அந்த வயலின்.

அந்த வயலினைத் தொட்டுப் பார்த்த சிறுவனாகிய அப்பா, உடனே தாத்தாவிடம், "உங்களுக்கு வயலின் வாசிக்கத் தெரியுமா?" என்று கேட்டார்.

"தெரியாது" என்றார் தாத்தா.

பிறகு சிறுவனாகிய அப்பா, பாட்டியிடம் "உங்களுக்கு வயலின் வாசிக்கத் தெரியுமா?" என்றார்.

பாட்டியும் "தெரியாது" என்று பதில் சொன்னாள்.

பிறகு சிறுவனாகிய அப்பா, "வயலினை வாசிக்கப் போவது யார்?" என்று கேட்டார்.

''நீ தான்'' என்று தாத்தாவும், பாட்டியும் ஒரே குரலில் சொன்னார்கள்.

“ஆனால் எனக்கு எந்த வகையிலும் வயலின் எப்படி வாசிப்பது என்று தெரியாதே” என்றார் சிறுவனாகிய அப்பா.

''உனக்கு வயலின் எப்படி வாசிப்பது என்று சொல்லித் தரப்படும்” என்றார் தாத்தா. பாட்டி மேற்கொண்டு கூறினாள்.

''இனிமேல் உனக்கு வயலின் எப்படி வாசிப்பது என்று சொல்லித் தரப்போவது சாந்த ஷீலா என்ற ஆசிரியைதான். அவள் தான் உனக்கு வயலின் கற்றுத் தரப் போகிறாள். அவள் தான் இனிமேல் உனது பாட்டு ஆசிரியை” என்றாள் பாட்டி.

தனக்கு மிகவும் அற்புதமான பரிசு வழங்கப்பட்டிருப்பதாகச் சிறுவனாகிய அப்பா, திடீரென உணர்ந்தார்.

அதற்கு முன்பு, ஆசிரியை எவரும், எப்போதும் வீட்டிற்கு வந்ததே இல்லை. தனது புதிய விளையாட்டுச்சாமானான வயலினோடு, எப்படி விளையாட வேண்டும் என்பதை அப்பா தானாகவே கற்றுக்கொண்டிருந்தார்.

பிறகு ஒரு நாள் அந்த பாட்டு ஆசிரியை வீட்டிற்கு வந்தாள். அவள் மிகவும் மென்மையாகப்பேசும் வயதான பெண்மணி. சிறுவனாகிய அப்பாவிற்காக அவள் வயலின் வாசித்தாள். பிறகு அவள் சுரங்கள் பற்றி, அப்பாவிற்கு சொல்லிக்கொடுக்கத் தொடங்கினாள்.

அவை ஏழு: ச, ரி, க, ம, ப, த, நி, அவற்றை சிறுவனாகிய அப்பா மிக விரைவாகவே கற்றுக்கொண்டார். ஏனெனில் எல்லா சுரங்களுக்கும், அவர் படங்கள் வரைந்து வைத்துக்கொண்டார். தனது அரிச்சுவடிப் புத்தகத்தில் இருப்பது போல, அவர் சொன்னார்.

ச என்பது சக்கரம், அப்பா உடனே ஒரு சக்கரம் வரைந்தார். ரி என்பது ரிப்பன், ஒரு ரிப்பனின் படம் வரைந்தார். பிறகு கட்டில் படம் வரைந்தார். க வைக்குறிப்பதற்காக, ம வைக் குறிக்க ஒரு மரம் வரைந்தார். ப, வைக் குறிக்க ஒரு பந்தை வரைந்தார், த வைக் குறிக்க தட்டும், நி யைக் குறிக்க நிலாவையும் சிறுவனாகிய அப்பா, வரைந்து வைத்துக்கொண்டார். அப்பா மிகவும் மகிழ்ச்சியோடு இருந்தார்.

ஆனால் வயலின் வாசிக்கக் கற்றுக்கொள்வது சிரமம் என்பதை விரைவிலேயே, சிறுவனாகிய அப்பா புரிந்து கொண்டார்.

ஒரே பாட்டையே திரும்ப, திரும்ப வாசித்துக்கொண்டு இருந்ததால், அவர் சீக்கிரமாகவே களைப்படைந்து போனார்.

எந்த வழியிலும், படிப்பதோ, விளையாடுவதோ, அல்லது எதுவுமே செய்யாமல் சும்மா இருப்பதோ, மிகவும் வேடிக்கையாக இருந்தது.

இரண்டு வாரத்திற்குள்ளாக, இசைப் பாடங்களால் அப்பா மிகவும் சலிப்படைந்ததோடு, களைத்தும் போனார். வயலினைப் பார்ப்பதைக் கூட அவரால் சகிக்க முடியவில்லை. ஆரம்பத்தில் அத்தனை மகிழ்ச்சியாக இருந்த பாட்டு ஆசிரியை சாந்தஷீலா, இப்போது அப்பாவைப் பார்த்து வருத்தமாகவே தலையை ஆட்டினாள்.

''இசை படிப்பதற்கு உனக்கு விருப்பமில்லையா?'' என்று ஆசிரியை அப்பாவிடம் கேட்டாள்.

"இல்லை", என்றார் அப்பா. அவர் இதையே திரும்ப, திரும்ப சொன்னால், அவள் கோபமடைந்து தனக்குச் சொல்லித் தருவதை நிறுத்தி விடக்கூடும் என்று சிறுவனாகிய அப்பா நினைத்தார். ஆனால் அவள் இசை சொல்லித் தருவதை மட்டும் நிறுத்தவேயில்லை.

பாட்டியும், தாத்தாவும், சிறுவனாகிய அப்பாவைத் திட்டினார்கள்.

"உனக்காக நாங்கள் வாங்கித் தந்த அந்த அழகான வயலினைப் பார்!" என்றார்கள். "உனக்கு வயலின் வாசிக்கக் கற்றுத் தருவதற்காக ஒரு ஆசிரியையும் வருகிறாள்., எப்படி வயலின் வாசிப்பது என்பதை நீ கற்றுக்கொள்ள விரும்பவில்லையா? உனக்கு வெட்கமாக இல்லையா?" என்றெல்லாம் அப்பாவைத் திட்டினார்கள்.

மேலும் தாத்தா பேசினார்.

"இப்போது இசை படிக்க விருப்பமில்லை என்று சொல்வான். பிறகு பள்ளிக்கூடம் போகப் பிடிக்கவில்லை என்று அவன் முடிவு செய்வான். பிறகு வேலை பார்ப்பதில், எந்தவித அர்த்தமும் இல்லை என்று சொல்வான். இத்தகைய சோம்பேறி பிள்ளைகளைச் சிறுவனாக இருக்கும்போதே, எப்படி வேலை செய்வது என்பது பற்றிக் கற்றுக் கொடுக்கப்பட வேண்டும். அந்த வயலினை எப்படி வாசிப்பது என்பதை நீ உறுதியாகக் கற்றுக் கொள்ளத்தான் வேண்டும்" என்று தாத்தா சொல்லி முடித்தார்.

தாத்தாவைத் தொடர்ந்து பாட்டியும்,

"நான் சிறுமியாக இருந்தபோது, எனக்கு இதுபோன்ற வயலின் வாசிக்கும் வாய்ப்பு கிடைத்திருந்தால், நான் மிகுந்த மகிழ்ச்சி அடைந்திருப்பேன்" என்றாள்.

“உங்களுக்கு மிகவும் நன்றி, இதற்கு மேலும் இசை படிக்க நான் விரும்பவில்லை” என்றார் சிறுவனாகிய அப்பா.

அடுத்த முறை பாட்டு ஆசிரியை சாந்தஷீலா வீட்டிற்கு வந்தபோது, சிறுவனாகிய அப்பா காணாமற் போய்விட்டார். அவர்கள் வீடு முழுக்கவும், தெருக்களிலும் சிறுவனாகிய அப்பாவைத் தேடி அலைந்தார்கள்.

ஆனால் சிறுவனாகிய அப்பாவை எங்குமே கண்டுபிடிக்க முடியவில்லை. ஒரு மணி நேரத்திற்குப் பிறகு, இசை பாடம் முடிந்திருக்க வேண்டும் என்று கருதிய உடன் டேபிலுக்கு அடியில் இருந்து தவழ்ந்து வெளியேறிய சிறுவனாகிய அப்பா சொன்னார்.

“போய் வருக, சாந்தஷீலா” டீச்சர்.

பிறகு தாத்தா சொன்னார், “நீ நிச்சயமாக தண்டிக்கப்படுவாய்” என்று பாட்டியும் சிறுவனாகிய அப்பாவிடம் சொன்னாள். “டேய், நானும் உன்னை அடிப்பேன்” என்று.

பிறகு சிறுவனாகிய அப்பா சொன்னார்.

‘‘இதற்கு மேல் எனக்கு இசை படிக்க விருப்பமில்லை என்கிறபோது, நீங்கள் என்னை எப்படி அடிப்பீர்கள் என்பது பற்றி எல்லாம் எனக்குக் கவலை இல்லை”.

பிறகு அப்பா நீண்ட நேரம் அழுதுகொண்டே இருந்தார்.

ஏனென்றால், அவர் இன்னமும் மிகச் சிறியவனாகத்தான் இருந்தார். அந்தளவுக்கு அதிகமாகத் தனது இசைப் பாடங்களை அவர் வெறுத்தார்.

பிறகு பாட்டு ஆசிரியை சாந்தஷீலா கூறினாள்.

“இசை மக்களுக்கு மகிழ்ச்சி தருவதாக இருக்க வேண்டும், அது மக்களுக்கான இசையாக இருக்க வேண்டும், மக்களுக்குப் புரியவும் வேண்டும். இதுவரை என்னுடைய மாணவர்களில் எவரும், டேபிலுக்குக் கீழாக ஒளிந்துகொண்டது இல்லை.

“ஒரு குழந்தை, ஒரு மணி நேரம் முழுக்கக் டேபிலுக்கு அடியில் படுத்துக் கிடப்பதை, மேலாகக் கருதினால், அவனுக்கு இசை படிக்க விருப்பமில்லை என்றுதான் அர்த்தம். அப்படி இருக்கும்போது, அவனைக் கட்டாயப்படுத்துவதில் பொருளில்லை.

‘‘ஒரு வேளை, அவன் வளர்ந்து பெரியவனாகிற போது, அதற்காக அவன் வருத்தப்படுவான்..போய் வருக! என்னிடமிருந்து, தங்களுடைய கட்டில்களுக்கு அடியில் போய் ஒளிந்துகொள்ளாத

குழந்தைகளைத் தேடி நான் போவேன்" என்று மிகவும் தழுதழுத்த குரலில் பேசினாள் ஆசிரியை சாந்தஷீலா.

அவள் புறப்பட்டாள். அவள் திரும்ப வரவேயில்லை. எந்த வகையிலோ, தாத்தா சிறுவனாகிய அப்பாவைத் தண்டித்தார். பாட்டியும் கூட சமயங்களில் தண்டிக்கவும் செய்தார். அதன் பிறகு நீண்ட நாட்களுக்கு, வயலினைப் பார்க்கும் போதெல்லாம், சிறுவனாகிய அப்பாவின் முகத்தில் ஒரு கருமையான தோற்றம் காணப்பட்டது.

சிறுவனாகிய அப்பா, பெரியவனாகிய போது, தனக்கு இசை ஞானமில்லை என்பதைக் கண்டுபிடித்தார். இன்னமும் ஒரு பாடலைக் கூட அவரால் சரியாக பாட முடியாது. நிச்சயமாக அவர் ஒருபோதும், வயலினை அருமையாக வாசிக்கக் கற்றுக் கொள்ளவேயில்லை.

சரி, உண்மையிலே எல்லாக் குழந்தைகளும் வயலின் பாடங்களைப் படிப்பதும் இல்லை. விரும்புவதும் இல்லைதானே!

7

அப்பா மனத்தாங்கல் கொண்டது எப்படி?

அப்பா சிறுவனாக இருந்தபோது, எப்போதுமே ஏதாவது ஒரு காரணத்திற்காக மனத்தாங்கல் கொள்பவராக இருந்தார். கூடியிருக்கும் எல்லோர் மீதும், தனித்தனியாக ஒவ்வொரு ஆள் மீதும் அவர் எப்பொழுதும் போபமடைந்தார்.

''சாப்பாட்டை எதற்காகக் கொஞ்சம், கொஞ்சமாக சாப்பிடுகிறாய்?" என்று யாராவது கேட்டு விட்டால் போதும் உடனே சிறுவனாகிய அப்பா மனத்தாங்கல் அடைவார்.

''எதற்காக இப்படி அதிகமாகச் சாப்பிடுகிறாய்? என்று யாரேனும் சொன்னாலும், அப்பா மனத்தாங்கல் கொள்வார்.

ஒரு நாள் பாட்டியின் மீது மிகுந்த கோபத்தோடு இருந்தார். சிறுவனாகிய அப்பா. ஏனென்றால் பாட்டியிடம் ஏதோ சொல்ல வேண்டும் என்று அப்பா விரும்பிய போது, பாட்டியோ ஏதோ வேலையில் மும்முரமாக இருந்தாள். சிறுவனாகிய அப்பா கூறுவதைக் கேட்க நேரமில்லாது இருந்தாள். தாத்தாவும் ஏதோ வேலையில் மும்முரமாகவும், அப்பா கூறுவதைக் கேட்க நேரமில்லாதும் இருந்தார்.

அவருடைய பெற்றோர்கள் வெளியிலோ, கோவிலுக்கோ, சந்தைக்கோ சென்ற சமயங்களில், சிறுவனாகிய அப்பா கோபமடைந்து கத்துவார். தன்னுடைய பெற்றோர்கள், தன்னுடனே எல்லா நேரமும், வீட்டிலே இருக்க வேண்டும் என்று சிறுவனாகிய அப்பா விரும்பினார்.

ஆனால் சர்க்கஸ், சினிமா பார்க்கப் போகவேண்டும் என்று விரும்பியபோது, சிறுவனாகிய அப்பா இன்னமும் சற்று உரக்கக் கத்திக்கொண்டிருப்பார். அவர் மட்டும் வீட்டில் தனியாக இருக்க வேண்டி வந்தால், கோபமாக இருப்பார்.

அப்பாவின் தம்பி, சித்தப்பா ராமையாவும் அப்போது மிகச் சிறுவனாக இருந்தார். அவர் அப்பாவைக் கோபமடையச் செய்தார்.

ஏனெனில் அப்பாவோடு பேசிக்கொண்டு இருப்பதை, மிகச் சிறுவனாக இருந்த சித்தப்பா விரும்பவில்லை. சித்தப்பா ராமையா அப்பாவைப் பார்த்து முகம் சுளித்து, தன்னுடைய கால் விரலை, எடுத்து, சுவைக்க ஆரம்பித்தார்.

மிகவும் சிறு குழந்தையாக இருந்ததால் சித்தப்பாவால் சொல்ல முடிந்த ஒரே வார்த்தை அப்பாதான். ஆனால் சிறுவனாகிய அப்பாவோ எப்போதும் எதற்காகவும் கோபமடைந்துகொண்டே இருந்தார். வீட்டிற்கு அத்தை வந்தால், அவளோடு கோபம் கொண்டார். மாமாவீட்டிற்கு வந்தாலும், அவரோடு கோபம் கொண்டார்.

அத்தையும், மாமாவும் சேர்ந்து வந்தால், அவர்கள் இருவர் மீதும் சிறுவனாகிய அப்பா கோபம் கொண்டார், சில நேரங்களில் அத்தை தன்னைக் கிண்டல் செய்வதாக அப்பா நினைத்தார். மாமா தன்னுடன் பேச விரும்பாமல் இருக்கிறார் என்று சில நேரங்களில் நினைத்தார். மற்ற வேறு சில காரணங்களையும் கூட சிறுவனாகிய அப்பா நினைத்துக் கோபமடைவார்.

மிகப் பெரிதான இந்த உலகம் முழுமையிலும், தான் மிக முக்கியமான ஒரு மனிதன் என்று சிறுவனாகிய அப்பா எப்போதும் நினைத்து வந்தார். எதையாவது சொல்ல வேண்டும் அன்று அவர் விரும்பிவிட்டால், போதும் மற்ற எல்லோருமே வாயடைத்துதான் நிற்க வேண்டியிருந்தது.

பேசவேண்டும் என்று அவருக்கு தோன்றவில்லை என்றால், வேறு எவரும் பேசக்கூடாது என்றெல்லாம் சிறுவனாகிய அப்பா நினைத்தார்.

பூனையைப் போல 'மியாவ்' எனவும், நாயைப் போல 'லொள்', 'லொள்' என்று குரைக்கவும், உறுமவும், கூவவும், மாடு போல 'ம்மா' எனவும் ஒலியெழுப்ப அவர் விரும்பினால், ஒவ்வொருவரும் தாங்கள் எந்த வேலை செய்து கொண்டு இருந்தாலும், அதை நிறுத்திவிட்டு, அவருடைய அதிசயமான ஓசைகளைக் கேட்க வேண்டியிருந்தது. அப்படி எல்லோரும் கேட்கவேண்டும் என்று சிறுவனாகி அப்பா மிகவும் விரும்பினார். யாரும் கேட்கவில்லை என்றால் எல்லோர் மீதும் கோபமடைந்தார்.

தன்னைப் போலவே நல்லவராகிய பெரியவர்களும், சிறியவர்களுமாக உள்ள மற்ற பிறரைப் பற்றிச் சிறுவனாகிய அப்பா ஒரு போதும் நினைத்ததில்லை. அவருடன் யாரேனும் விவாதம் செய்தாலோ, கடிந்து பேசினாலோ சிறுவனாகிய அப்பா கோபமடைந்தார். அது மிகவும் வெறுக்கத்தக்கதாக இருந்தது. உதடுகளைப் பிதுக்கி, முகஞ்சுளித்து, வெடுவெடுப்போடு அங்கிருந்து சிறுவனாகிய அப்பா போய் விடுவார்.

எல்லா நேரங்களிலுமே அப்பா, யாருடனாவது கோபப்படவோ, யாருடனாவது விவாதம் செய்யவோ, மனத்தாங்கல் கொள்ளவோ செய்தார். ஒரு நாள் முழுதும், அதாவது காலையில் இருந்து, மாலை வரை அவருக்கு ஆறுதல் சொல்ல வேண்டியிருந்தது, அவரை எந்நேரமும் மகிழ்ச்சிப் படுத்தவும் வேண்டியிருந்தது.

காலையில் தூக்கத்தில் இருந்து, கண்ணைத் திறந்ததுமே சிறுவனாகிய அப்பா கோபமடைந்தார். ஏனெனில் சூரியன் தன்னுடைய தூக்கத்தைக்

கெடுத்துவிட்டது என்று நினைத்து. தூங்கிய பிறகும் கூட தூக்கத்தில் தன்னுடைய உதடுகளைப் பிதுக்குவார். இன்னமும் யாருடனாவது பெருத்த கோபத்தோடே இருந்தார்.

மற்றக் குழந்தைகளுடன் சிறுவனாகிய அப்பா விளையாடியபோது, அவருடைய கோபம் இன்னும் மோசமாக இருந்தது. தனக்குப் பிடித்த விளையாட்டுகளையே, மற்றக் குழந்தைகளும் விளையாட வேண்டும் என்றும் அப்பா விரும்பினார். சில குழந்தைகளுடன் மட்டுமே விளையாட விரும்பினார். மற்றக் குழந்தைகளை, அவர்கள் மனம் புண்படும்படி புறக்கணித்தார்.

மற்றவர்களுடன் விவாதம் செய்யும்போது தான் சொல்வதே சரி என எப்போதுமே சாதித்தார். அவர் யாரை வேண்டுமானாலும், கிண்டலும், கேலியும் செய்வார். ஆனால் மற்ற எவரும் அவரைக் கிண்டல் செய்யக்கூடாது, கேலி செய்யக்கூடாது.

கொஞ்ச காலத்திற்குப் பிறகு எல்லோருமே இதனால் சலிப்புற்றுப் போனார்கள். அவர்கள் எல்லோரும் சிறுவனாகிய அப்பாவைப் பார்த்துச் சிரிக்கத் தொடங்கினார்கள்.

அப்பாவினுடைய பெற்றோர்கள் கூட சிரிக்கத் தொடங்கினார்கள்.

அவரது பெற்றோர்கள் கூறுவார்கள்:

'உனக்குக் கொஞ்சம் டீ தரட்டுமா? ஆனால் கோபப்படாதே!

"இன்னமும் கோபமாகவா இருக்கிறாய்?"

"சீக்கிரமாகக், கோபப்படு, எங்களால் நேரத்தை வீணாக்க முடியாது, சீக்கிரம் கோபப்படு" என்று தாத்தாவும், பாட்டியும் கிண்டலாகச் சொல்வார்கள்.

சிறுவனாகிய அப்பா கோபப்படுவார். தெருவில் அவரை ஒத்த சிறுவர்கள் அவரைக் கேலி செய்தார்கள். சமயத்தில் அவர்கள் அப்பாவைப் பார்த்துக் கிண்டலாகப் பாடவும் செய்வார்கள்.

"அழுமூஞ்சி அய்யனார், அம்மணக்குண்டி அய்யனார்.." என்றெல்லாம், சிறுவனாகிய அப்பாவைப் பார்த்து, மற்ற சிறுவர்கள் கிண்டலாக பாடுவார்கள்.

சிறுவனாகிய அப்பாவும் அவர்களுக்கு உதடுகளைப் பிதுக்கிக் காட்டுவார்.

"பாருங்கள், அவனுக்கு ஒரு விரலைக் காட்டுவேன், அதற்குக் கூட அவன் கோபப்படுவான்!" என்று பையன்களில் ஒருவன் சொல்லுவான்.

மற்றொருவன் விரலை அப்பாவிடம் காட்டுவான். அப்பா கடுமையாகக் கோபமடைவார். பிறகு ஒவ்வொருவரும், அப்பாவைப் பார்த்துப் பலமாகச் சிரிப்பார்கள்.

சிறுவனாகிய அப்பாவைக் கிண்டலடிப்பது, மிகவும் எளிதாக இருந்ததால், குழந்தைகள் எல்லோரும் உண்மையாகவே மகிழ்ச்சி அடைந்தார்கள். அக்குழந்தைகள் கிண்டலடித்தே, அப்பாவின் உயிரை எடுத்தார்கள்.

இறுதியாக பெரிய பையன்களில் ஒருத்தன், சிறுவனாகிய அப்பாவைப் பார்த்து வருத்தப்பட்டான்.

உடனே அவன் சிறுவனாகிய அப்பாவிடம் சொன்னான்.

"இங்கே பார், ஒவ்வொன்றுக்கும் எதற்காக நீ கோபப்பட்டுக் கொள்கிறாய்? நீ அதைப் பொருட்படுத்தவில்லை என்றால், அவர்கள் அதற்கு மேல் உன்னைக் கிண்டல் செய்ய மாட்டார்கள்".

அந்தப் பெரிய பையனின் அறிவுரையைச் சிறுவனாகிய அப்பா ஏற்றுக்கொண்டார். சின்னச் சின்ன விஷயங்களுக்காகக் கோபம் கொள்ளாமலிருக்கப் பெரும்பாலும் முயற்சி செய்தார். அதன் பிறகு அப்பாவைக் கேலி செய்வதை மற்ற பையன்கள் நிறுத்திக் கொண்டார்கள். ஆனால் எல்லா நேரங்களிலும் கோபமடைவதைச், சிறுவனாகிய அப்பா பழக்கமாகக் கொண்டிருந்ததால், பெரியவனாகின்ற வரை, இந்தக் கெட்டப் பழக்கத்திலிருந்து, உண்மையில் அப்பாவால் விடுபடவே முடியவில்லை. இதுவரையிலும் முழுமையாக இல்லை.

இந்தப் பழக்கம் பள்ளிக்கூடத்தில் படிக்கும்போதும், பின்னர் வேலைக்குச் சென்றபோதும் தொடர்ந்து இருந்ததால், பல நண்பர்களை, அப்பா இழக்கும்படி நேர்ந்தது. அப்பா சிறுவனாக இருந்தபோது, அவரைப் பற்றித் தெரிந்தவர்களில் சிலர் கூட, இன்னமும் அப்பாவைத் திட்டினார்கள். ஆனால் இப்போது அப்பா, அவர்களிடம் எல்லாம் கோபமடைவதில்லை. அரிதாகத்தான் கோபப்படுகிறார். எந்த வகையிலும் அது முன்பு இருந்ததை விட குறைவாகவேத்தான் இருக்கிறது.

8

அப்பா தவறு செய்தது எப்படி?

அப்பா சிறுவனாக இருந்தபோது, பால், தண்ணீர், டீ, காபி, தேன் மற்றும் உடல் ஆரோக்கியத்திற்காக மீன் எண்ணெய் ஆகியவற்றை எல்லாம் சாப்பிடுவது வழக்கமான ஒன்று.

வளர்கின்ற குழந்தைகளுக்கு மீன் எண்ணெய் கொடுப்பது, மிகவும் சிறந்ததாகக் கருதப்பட்டது.. கண் பார்வை நன்றாக இருக்கும் என்றும், உடம்பில் நோய் எதிர்ப்பு சக்தி அதிகரிக்கும் என்ற காரணத்திற்காகவும், சிறுவனாகிய அப்பாவிற்கும் மீன் எண்ணெய்யைக் கொடுத்து வந்தனர், தாத்தாவும், பாட்டியும்.

ஆனால் அதைக் குடிப்பது என்பது அப்பாவிற்கு மிகவும் பொறுக்க முடியாததாக இருந்தது. இந்த உலகத்தில் மீன் எண்ணெயைக் காட்டிலும், மிக மோசமான ஒன்று, எதுவுமேயில்லை என்று சிறுவனாகிய அப்பா நினைத்தார். ஆனால் அவர் நினைத்தது தவறு.

ஒரு கோடைகாலத்தில், நன்றாக வெயில் சுள்ளனெ அடித்தது. ஒரு நாள் சிறுவனாகிய அப்பா வீட்டிற்கு வெளியில், இருந்த ஒரு மைதானத்தில் வியர்க்க, விறுவிறுக்க விளையாடிக்கொண்டு இருந்தார். வெப்பம் மிக அதிகமாக இருந்தது. ஓடியும், ஆடியும் விளையாடிக்கொண்டு இருந்ததால், சிறுவனாகிய அப்பாவுக்குக் கடுமையாகத் தண்ணீர் தாகம் எடுத்தது.

அவசர, அவசரமாக அப்பா வீட்டிற்குள் ஓடினார். வீட்டிற்குள் பாட்டி, தாத்தா என எல்லோருமே ஏதோ ஒரு வேலையில் தீவிரமாக இருந்தனர். வீட்டிற்குள் வந்த சிறுவனாகிய அப்பாவை யாருமே கவனிக்கவில்லை. அவர்கள் முறுக்கு, அதிரசம் போன்ற பலகாரங்களைச் சுட்டுக்கொண்டும், வரப் போகும் விருந்தாளிகளுக் காக வீட்டைச் சுத்தப்படுத்திக் கொண்டும் இருந்தார்கள்.

சிறுவனாகிய அப்பா, ஒரு அழகிய பாட்டிலில் இருந்து தானாகவே ஒரு தம்ளர் தண்ணீரை ஊற்றியதை வீட்டிலிருந்த யாருமே கவனிக்கவில்லை. வீட்டில் சுட வைத்து ஆறவைக்கப்பட்ட

தண்ணீர் எப்போதுமே, அந்த பாட்டிலில் தயாராக இருக்கும் என்பதை சிறுவனாகிய அப்பா நன்றாகத் தெரிந்து வைத்திருந்தார்.

தம்ளரில் பாதியைக் குடித்து இருப்பார். ஆனால் அப்பாவுக்கு மூச்சுத் திணறியது. என்ன நடந்தது என்பதை அப்பாவால் புரிந்துகொள்ள முடியவில்லை.

உயிரோடு ஒரு சுண்டெலியைத் தான் விழுங்கி விட்டதாகச் சிறுவனாகிய அப்பா நினைத்தார். பிறகு, தண்ணீர் நல்லதாக இருக்கலாம், தனக்குத் தான் ஏதோ ஒத்துக்கொள்ளவில்லை என்று முடிவு செய்தார். மிகவும் படபடப்புக்கு ஆளானார் அப்பா. தான் செத்துக்கொண்டு இருப்பதாக சிறுவனாகிய அப்பா முடிவு செய்து விட்டார். அப்பாவிற்கு என்னதான் நடந்தது என்பதை ஒருவராலும் புரிந்துகொள்ள முடியவில்லை.

அப்பா இருமிக்கொண்டும், மூச்சுத் திணறிக் கொண்டும் இருந்தார். அவரது வாய் நெருப்பாக எரிந்தது. அவர் பயங்கர திகிலடைந்து போனார்.

''அவனுக்குக் கடுமையான காய்ச்சல்'' என்று பாட்டி சொல்லிக்கொண்டு இருந்தாள்.

''அவன் சும்மா நடிக்கிறான்'' என்று சிரித்துக்கொண்டே கிண்டலாகக் கூறினார் தாத்தா.

அச்சமயத்தில் சிறுவனாகிய அப்பாவிற்கு, என்ன நடந்தது என்பதைக் கண்டறிந்து முதலுதவி செய்ய ஒரு நர்ஸ் வீட்டிற்கு வரவழைக்கப்பட்டார்.

"அவன் மண்ணெண்ணெய்யைக் குடித்திருக்கிறான்" என்றாள் நர்ஸ். அந்த பாட்டிலிலே மண்ணெண்ணெய் இருக்கிறது!

பிறகு ஒவ்வொருவரும் சத்தம் போடத் தொடங்கினார்கள்.

"டாக்டரைக் கூப்பிடுங்கள்!" பாட்டி கத்தினாள்.

"அவன் தோலை உரிக்கத்தான் போகிறேன், அவன் அடங்காமல் திரிகிறான்" என்று மிகுந்த கோபத்தோடு தாத்தா கத்திக்கொண்டு இருந்தார்.

"குளிர்ச்சியான தண்ணீரைக் கொண்டு வந்து அவனுக்கு குடிக்கக் கொடுங்கள்" என்று அவசரப்படுத்தினாள் நர்ஸ்.

மிக அதிகமாகத் தண்ணீர் கொடுக்கப்பட்டது.

சிறுவனாகிய அப்பா, வயிறு முட்டத் தண்ணீரைக் குடித்தார், சிறிது நேரத்தில் வாந்தி எடுக்கத் தொடங்கினார்.

திடீரென்று சிறுவனாகிய அப்பா, மிகவும் மோசமாக உணரத் தொடங்கினார். தரையின் மீது உட்கார்ந்துவிட்டார். மிகவும் தலைசுற்றுவதாகவும் வயிறு எரிவதாகவும் உணர்ந்தார்.

அதன் பிறகு நடந்த எதையுமே சிறுவனாகிய அப்பாவால், நினைவு வைத்திருக்க முடியவில்லை. ஆனால் நாள் முழுக்க அவர் நன்றாகத் தூங்கினார் என்று பிறகு ஒரு சமயத்தில் தாத்தாவும், பாட்டியும் சொன்னார்கள். மாலை நேரத்தில் சிறுவனாகிய அப்பா நன்றாக இருப்பதாக உணர்ந்தார். விருந்தினர்கள் வந்து காபி குடித்துக்கொண்டு இருந்தபோது, கதவு வழியாகச் சிறுவனாகிய அப்பா அவர்களைப் பார்த்தார்.

மறுநாள் காலை முற்றிலும் நன்றாக இருப்பதாகச் சிறுவனாகிய அப்பா உணர்ந்தார். ஆனால் பாட்டிலில் இருக்கும் எதையுமே அவர் எடுத்துக் குடிக்கவில்லை. இப்போது திரவப்பொருள் எதைப் பார்த்தாலும் அவர் முகம் கொஞ்சம் இறுக்கமாகி விடுகிறது.

இந்தக் கதையை அப்பா அடிக்கடி கூறுகிறார். எப்போதுமே சிறுவனாகிய அப்பா சொல்வது "அப்போதுதான் நான் குடிப்பதை நிறுத்தினேன்" என்றுதான்.

9

அப்பா எழுதக் கற்றுக்கொண்டது எப்படி

அப்பா சிறுவனாக இருந்த போது, ஒரு சொல்லை, வாக்கியங்களை எல்லாம் எப்படிப் படிப்பது என்பதை மிக விரைவாகக் கற்றுக்கொண்டார். தாத்தாவும், பாட்டியும் இது அ, இது ஆ, என்று சிறுவனாகிய அப்பாவிற்கு எழுத்துக்களை அடையாளப்படுத்தினார்கள். எல்லா எழுத்துக்களையுமே அப்பா கற்றுக்கொண்டார். அது அப்பாவிற்கு மிகுந்த வேடிக்கை தருவதாகவும், ஆர்வமூட்டுவதாகவும் இருந்தது.

புத்தகங்களில் இருக்கும் மிக அழகான படங்களைச் சிறுவனாகிய அப்பா பார்ப்பது மட்டுமில்லை. அவற்றை நன்றாகப் படிக்கவும் தொடங்கினார். ஆனால் தான் படித்த சொற்களை அல்லது வாக்கியங்களை எப்படி எழுதுவது என்பதைக் கற்றுக்கொள்ள சிறுவனாகிய அப்பா முற்றிலுமாக விரும்பவில்லை. தன்னுடைய பேனாவை நேராகப் பிடிப்பது என்பதைச் சிறுவனாகிய அப்பா கற்றுக் கொள்ளவேயில்லை. ஆனால் அந்தப் பேனாவைத் தவறாகக் கையாளுவதற்கும் அவர் விரும்பவில்லை.

அப்பா எல்லா நேரங்களிலும் விரும்பியது ஒன்றே ஒன்றுதான். புத்தகங்களைப் படிக்க வேண்டும் என்பதைத் தவிர, ஒருபோதும் சிறுவனாகிய அப்பா எழுத விரும்பவே இல்லை. எழுதுவது என்பது அப்பாவிற்கு மிகவும் சலிப்புத் தரும் ஒரு வேலையாகவே இருந்தது.

ஆனால் சிறுவனாகிய அப்பாவின் பெற்றோர்கள் சொன்னார்கள்.

“உன்னால் எழுத முடியவில்லை என்றால், உன்னால் படிக்கவும் முடியாது” என்று.

தாத்தாவும், பாட்டியும் சிறுவனாகிய அப்பாவை, எப்பொழுதும் எழுதிக்கொண்டே இருக்குமாறு சொன்னார்கள்.

ஒவ்வொரு எழுத்தாகக் காட்டி, அதை எழுதச் சொல்லி வற்புறுத்தினார்கள்.

ஒரு நாள் முழுக்க, காலையில் இருந்து, இரவு தூங்கப் போகும் வரைக்கும், சிறுவனாகிய அப்பாவின் காதில் கேட்ட ஒரே வார்த்தை எழுது, எழுது என்பதுதான்.

ஆனால் மிக மோசமான ஒரு வெறுப்புணர்ச்சியோடு, சிறுவனாகிய அப்பா எழுத்துக்களை எழுதுவார்.

அவருடைய எழுத்துக்கள் மிகவும் மோசமாக இருந்தன, பார்ப்பதற்கு அருவறுப்பானதாக இருந்தன. அந்த எழுத்துக்கள் கோணல்மாணலாகவும், வளைந்தும், ஒழுங்கற்றும் இருந்தன. அந்த எழுத்துக்களைப் பார்த்து சிறுவனாகிய அப்பா மிகவும் வெறுத்தார்.

ஆமாம்! அப்பா எழுதிய அந்த எழுத்துக்கள் வெறுமனே கிறுக்கலாக இருந்தன. ஆனால் அவர் பேனாவால் வைத்த கறைகள் பார்ப்பதற்கு மிக அழகாக இருந்தன. சிறுவனாகிய அப்பாவைப் போல அத்தனை பெரிதாகவும், அருமையாகவும், வேறு யாராலும் அப்படி ஒரு கறைகளை வைக்க முடியாது. இதனை வீட்டில் இருந்த எல்லோருமே ஒத்துக்கொண்டார்கள்.

கறைகள் வைப்பதன் மூலம் மட்டுமே, மக்கள் எழுதக் கற்றுக்கொள்ள வேண்டியிருந்தால், உலகத்திலேயே சிறுவனாகிய அப்பாவின் கையெழுத்துதான் மிகச் சிறந்ததாக இருந்திருக்கும்.

அப்பா எழுதிய ஒரு எழுத்துக்கூட நேராக, மேலும், கீழுமாக இருந்ததேயில்லை. ஒவ்வொரு பக்கமும், பெரிய, அழகிய புள்ளிகளால் நிரப்பப்பட்டிருந்தது. அப்பா அதைப் பார்த்து மிகவும் வெட்கப்பட்டார். சிறுவனாகிய அப்பா எல்லோராலும் கடுமையாகக் கடிந்துகொள்ளப்பட்டார்.

இதனால் ஒவ்வொரு எழுத்தையும், இரண்டு அல்லது மூன்று முறை திரும்பத் திரும்ப எழுதச் சொன்னார்கள். இதனால் அப்பாவிற்கு எழுத்தின் மீதே அருவறுப்பாக இருந்தது. ஆனால் அதிகமாக எழுத, எழுத எழுத்துக்கள் மட்டமானதாகவும், கறைகள் மிகப் பெரியதாகவும் காணப்பட்டன.

தன்னை எதற்காக எழுது, எழுது என்று சித்திரவதைப் படுத்திக்கொண்டு இருக்கிறார்கள் என்பதைச் சிறுவனாகிய அப்பாவால் புரிந்துகொள்ள முடியவேயில்லை. ஏனென்றால் சொற்களை எப்படிப் படிப்பது என்பது சிறுவனாகிய அப்பாவிற்கு நன்றாகத் தெரிந்தது. இப்போது அவர் சொற்களைத்தான் எழுத விரும்பினார். ஒருபோதும் அவர் தனித்தனி எழுத்துக்களை எழுத விரும்பவேயில்லை.

ஆனால் சிறுவனாகிய அப்பாவின் பெற்றோர்களோ, எழுத்துக்களை எழுத முடியாவிட்டால், ஒரு வார்த்தையைக் கூட எழுத முடியாது என்று கூறினார்கள். அவர்கள் சொல்வதை, அப்பா ஒரு போதும் நம்பவேயில்லை.

கடைசியாக அவர் பள்ளிக்கூடம் சென்றபோது, அவர் எவ்வளவு நன்றாகப் படிக்கிறார் என்பதையும், அதே அளவிற்கு எவ்வளவு மோசமாக எழுதுகிறார் என்பதையும் கண்டு எல்லோருமே ஆச்சரியமடைந்தார்கள்!. அந்த வகுப்பு முழுவதிலும் உள்ள மற்ற குழந்தைகளின் கையெழுத்தைக் காட்டிலும், சிறுவனாகிய அப்பாவின் கையெழுத்து மிக மோசமானதாக இருந்தது

ஆண்டுகள் பல கடந்தன. சிறுவனாகிய அப்பா வளர்ந்து பெரியவராக ஆனார். இப்போதும் கூட அப்பா படிப்பதை விரும்புகிறார். ஆனால் எழுதுவதைச் சுத்தமாக வெறுக்கிறார். அவருடைய கையெழுத்து மிகவும் அசிங்கமாக இருப்பதால் தான், அவர் வெட்கப்பட்டு எழுதப் பயப்படுகிறார் என்று பலரும் நினைத்தார்கள்.

சில வேளைகளில் சிறுவனாகிய அப்பா, மிகவும் குழம்பிப் போனதாக உணர்வார்.

ஒரு நாள், அப்பா, தபால் அலுவலகத்துக்குச் சென்றார். அங்கிருந்த ஒரு அலுவலர் சிறுவனாகிய அப்பாவைப் பார்த்து,

'எப்படி எழுதுவதென்று உங்களுக்குத் தெரியாதா?' என்று கேட்டார்.

அப்பா மிகவும் சங்கடப்பட்டுப் போனார்

"நல்லது! இந்த எழுத்து எதைக் குறிப்பதாகும்?" என்று மீண்டும் சிறுவனாகிய அப்பாவைப் பார்த்து, அந்த அலுவலர் கேட்டார்.

"அது "இ," கிசு கிசுக்கும் குரலில் சிறுவனாகிய அப்பா கூறினார்.

"இ" யா?, 'இ' யை, இது போல யார் எழுதுவது!" என்றார் கோபமாக

'நான் எழுதுகிறேன்' என்று சிறுவனாகிய அப்பா முணுமுணுத்தார்.

ஆகவே கறைகள் இல்லாமல் எழுத, அழகான, தெளிவான கையெழுத்துத் தனக்கு இருந்திருக்க வேண்டும் என்று சிறுவனாகிய அப்பா, இப்போது எவ்வளவு ஆசைப்படுகிறார்!

பேனாவைச் சரியாகப் பிடிக்கக் கற்றுக் கொண்டிருந்திருக்க வேண்டும் என்று எவ்வளவு ஆசைப்படுகிறார். தனது எழுத்துப் பயிற்சியை முறையாகச் செய்யவில்லை என்று இப்பொழுதெல்லாம் அப்பா எவ்வளவு வருத்தப்படுகிறார்! தெரியுமா? ஆனால் காலம் கடந்து விட்டது. எல்லாமே அப்பாவினுடைய தவறுதானே!

10

ராமையா சித்தப்பாவை அப்பா தனிமையில் விட்டது எப்படி?

அப்பா சிறுவனாக இருந்தபோது, அப்பாவிற்கு அவரைக்காட்டிலும் வயது குறைவான மிகச் சிறிய தம்பி ஒருவன், இருந்தான்.

அவர் தம்பியை ராமையா சித்தப்பா என்றுதான் இப்போதும் நாங்கள் எல்லோருமே அழைக்கிறோம். அவர் இப்பொழுது ஆசிரியராக இருக்கிறார். அவருக்குச் சொந்த மகன் ஒருவன் இருக்கிறான். அவன் பெயர் துளிர்.

ஆனாலும் அப்பா சிறுவனாக இருந்தபோது, ராமையா சித்தப்பா மிகவும் சிறிய குழந்தையாக இருந்தார். அப்போதுதான் அவர் நடக்கக் கற்றுக்கொண்டிருந்தார். சில நேரங்களில் தத்தித் தத்தி நடப்பதை விட, ராமையா சித்தப்பா தவழ்ந்து செல்வதையே மிகவும் விரும்பினார்.

வீட்டுச் சுவரைப் பிடித்துக்கொண்டு பல சமயங்களில் ராமையா சித்தப்பா நடப்பார். அவருக்கு என்று அழகான நடைவண்டி ஒன்றைத் தாத்தா வாங்கிக் கொடுத்து இருந்தார். சில நேரத்தில் சித்தப்பா வீட்டிற்குள்ளாகவே, அந்த நடை வண்டியை ஓட்டிக்கொண்டு திரிவார். அப்பா அந்த நடைவண்டியைப் பிடுங்கிக்கொள்ளும் போதும், சித்தப்பாவிடம் வம்பிழுக்கும் போதும், ராமையா சித்தப்பா ஓவென்று அழுவார்.

உடனே பாட்டி ஓடி வந்து சிறுவனாகிய அப்பாவைப் பார்த்துத் திட்டுவாள்.

ராமையா சித்தப்பா, சில வேளைகளில் வெறுமனே தரையிலேயே உட்கார்ந்து விடுவார். அதனால்தான் அவரைத் தனியாக விட்டுவிட்டு வேறு எங்குமே செல்ல முடியாத சூழலில் இருந்தாள் பாட்டி. அவ்வளவு சின்னவனாக இருந்தார் சித்தப்பா.

ஒரு நாள் சிறுவனாகிய அப்பாவும், குட்டிக் குழந்தையாகிய சித்தப்பாவும் வீட்டுத் திண்ணையில் உட்கார்ந்து விளையாடிக்கொண்டு

இருந்தார்கள். பாட்டியோ சமையற்கட்டில் ஏதோ வேலை செய்துகொண்டு இருந்தாள். கொஞ்ச நேரத்திற்கு மட்டும் அவர்கள் இருவரையும் பாட்டி தனிமையில் விட்டிருந்தாள்.

இருவரும் ஒரு சிறிய பந்தை வைத்து விளையாடிக்கொண்டு இருந்தனர். அச்சமயத்தில் அவர்களுடைய பந்து தெருவில் உருண்டோடியது. சிறுவனாகிய அப்பாவோ, அந்தப் பந்தை எடுப்பதற்காக, அதன் பின்னாலேயே ஓடினார். அப்பா ஓடுவதைப் பார்த்த, குழந்தையாகிய சித்தப்பாவும், அவர் பின்னாலேயே தத்தி தத்தித் ஓடினார்; சமயங்களில் கீழே விழவும் செய்தார். அப்புறம் தவழ்ந்து போனார்:

அருகில் உள்ள ஒரு போக்குவரத்து மிகுந்த சாலையில் உருண்டோடிக் கொண்டிருந்தது அந்தப் பந்து. ஒரு கட்டத்தில் ஒரு பெரிய கல்லால் தடுக்கப்பட்டு, பந்து அங்கேயே நின்றுபோனது. சிறுவனாகிய அப்பா ஓடிப்போய் பந்தை எட்டிப் பிடித்தார். பின்னாலேயே தத்தக்கா பித்தக்கா என்று ஓடிவந்த ராமையா சித்தப்பா, அப்பாவின் பனியனை எட்டிப் பிடித்தார்.

மூன்று பேரிலும் பந்து மிகச் சிறியது என்றாலும், அது கொஞ்சம் கூடக் களைப்படையவில்லை. சிறுவனாகிய அப்பாவிற்கு மூச்சு வாங்கியது. ஆனால் ராமையா சித்தப்பா சுத்தமாக சோர்ந்துபோனார். ஏனென்றால் அவர் சமீபத்தில்தான் நடக்கக் கற்றுக்கொண்டு இருந்தார். அதனால் சாலையின் நடுவில், அவர் சாவகாசமாக உட்கார்ந்து விட்டார்.

தொலைவில் ஏதோ வாகனம் வரும் சத்தம் கேட்டது. அதனுடைய ஹாரன் சத்தமும் இடைவிடாமல் தொடர்ந்து கேட்டுக்கொண்டு இருந்தது. இவை எல்லாம் நடந்தது நீண்ட காலத்திற்கு முன்பு

ஏதோ வாகனம்தான் வருகிறது என்று சிறுவனாகிய அப்பாவிற்குத் தெரியும். ஆனால் அதே வேளை பயத்தில் நடுங்கிப் போனார் அப்பா. பந்தைக் கீழே போட்டுவிட்டு, ராமையா சித்தப்பாவையும் சாலை நடுவில் தனியாக விட்டுவிட்டு வீட்டிற்குள் ஓடினார் சிறுவனாகிய அப்பா.

குழந்தையாகிய சித்தப்பாவைப் பொறுத்தமட்டில், சாலையின் நடுவிலேயே உட்கார்ந்து, பந்தை வைத்து விளையாடிக்கொண்டு இருந்தார்., அவர் வாகன சத்தத்திற்கோ, அதன் ஹாரன் சத்தத்திற்கோ பயப்படவில்லை. எதற்குமே அவர் அஞ்சவில்லை. ஏனென்றால், அவர் அப்போது மிகவும் சிறு குழந்தையாக இருந்தார்.

இதற்குள்ளாக அந்த வாகனம் மிக மிக அருகில் வந்துவிட்டது. நடுரோட்டில் ஒரு குழந்தை இருப்பதை டிரைவர் பார்த்துவிட்டார். சித்தப்பாவின் அருகாமையில் வந்ததும். டிரைவர் தன்னுடைய வாகனத்தை நிறுத்திவிட்டுக் கீழே இறங்கி வந்தார்.

பந்தோடு விளையாடிக்கொண்டு இருந்த ராமையா சித்தப்பாவைக் கையில் தூக்கிய டிரைவர் குழந்தையாகிய சித்தப்பாவை கொஞ்சிக் கொண்டிருந்தார்.

ராமையா சித்தப்பாவும் பதிலுக்குச் சிரித்துவிட்டு, தான் வைத்து விளையாடிக்கொண்டு இருந்த பந்தை அந்த டிரைவருக்குக் கொடுத்தார்.

இதற்கிடையில் பாட்டி, தாத்தா, சிறுவனாகிய அப்பா என எல்லோரும், சாலையை நோக்கி வேகமாக ஓடி வந்துகொண்டு இருந்தார்கள்.

பாட்டி கத்திக்கொண்டிருந்தாள்

“எங்கே என் குழந்தை?”

தாத்தாவும் கத்திக்கொண்டு இருந்தார்.

சிறுவனாகிய அப்பா, தேம்பித் தேம்பி அழுதுகொண்டு இருந்தார்.

பிறகு அந்த வாகனத்தின் டிரைவர் பேசினார்.

“இவன் உங்களுடைய குழந்தையா? அருமையான பையன். எதற்கும் பயப்படாதவன். தைரியசாலி” என்றெல்லாம், ராமையா சித்தப்பாவைப் புகழ்ந்து பேசினார் அந்த டிரைவர்.

திரும்பவும், குழந்தையாகிய சித்தப்பாவிற்கு, ஒரு முத்தம் கொடுத்து விட்டு, அவரைப் பாட்டியிடம் ஒப்படைத்தார் டிரைவர். தாத்தாவிடம் பந்தைக் கொடுத்தார்.

பிறகு சிறுவனாகிய அப்பாவைப் பார்த்துச் சொன்னார்.

“தினம் அஞ்சி அஞ்சி சாவார்

இவர் அஞ்சாத பொருளில்லை, இந்த உலகத்திலே” என்று.

இதைக் கேட்டு அங்கிருந்த எல்லோருமே சிரித்தார்கள். பிறகு அந்த டிரைவர், தனது வாகனத்தில் ஏறி, டாட்டா காட்டிவிட்டு சென்றுவிட்டார்.

பாட்டி, தாத்தா, சிறுவனாகிய அப்பா, குழந்தையாகிய ராமையா சித்தப்பா அனைவரும் வீட்டுக்குச் சென்றனர்.

தாத்தா சிறுவனாகிய அப்பாவிடம் சொன்னார்.

எதைக் கண்டாலும் அஞ்சி, பயந்து ஓடுபவன் மனிதனே இல்லை. அவன் ஒரு கோழை என்று பாரதியாரின் கவிதையில் இருக்கிறது. கேவலம் உனக்கு” என்று சிறுவனாகிய அப்பாவிடம் தாத்தா சொன்னார்.

சிறுவனாகிய அப்பா மிகவும் வெட்கப்பட்டுப் போனார்.

பெரியவனான போது பாரதியாரின் எல்லா கவிதைகளையும் படித்தார். ஆனால் மேற்கண்ட அந்த வரிகளைப் படிக்கும் போது, எப்போதுமே அவருக்கு வெட்கமாக இருக்கும்.

11

அப்பா சிறுமியுடன் விளையாடியது எப்படி

அப்பா சிறுவனாக இருந்தபோது, அவருக்கு ஒரு தோழி இருந்தாள். அவளுடைய பெயர் உமா. அவளும் அப்பாவைப் போல மிகவும் சிறியவளாக இருந்தாள். அவர்கள் எப்பொழுதும் ஒன்றாகவே சேர்ந்து அருமையாக விளையாடினார்கள்.

தெருவில் அமர்ந்து, புழுதி மணலைக் குவித்து மிக அழகான வீடு கட்டினார்கள். அப்புறம் கோவில், மருத்துவமனை என எல்லாவற்றையும் கட்டி ரசித்தனர். மழைக் காலங்களில், வீட்டுத் திண்ணையில் அமர்ந்துகொண்டு, இருவரும் காகிதக் கப்பல் செய்து, மழைத்தண்ணீரில் மிதக்க விட்டனர்.

பனங்காயில் வண்டி செய்து தெரு முழுவதும் ஓட்டித் திரிந்தனர். அருகில் இருந்த சிறு ஓடையில் இருவருமே ஒன்றாக மீன் பிடிக்கச் சென்றனர். எப்பொழுதும் இணை பிரியாமல் ஒன்றாகச் சேர்ந்தே விளையாடினார்கள். அவர்களுக்குள், எப்பொழுதும், எதற்காகவும் சண்டையே வந்ததில்லை.

உமாவோடு விளையாடுவதற்கு சிறுவனாகிய அப்பா, மிகவும் விரும்பினார். அவளும் அப்பாவோடு சேர்ந்து விளையாடுவதை மகிழ்ச்சியாக நினைத்தாள். அதனால், அப்பாவோடு அவளும் சண்டையிட்டதே இல்லை. சிறுவனாகிய அப்பாவின் மீது கற்களையோ மணலையோ அள்ளி வீசியது இல்லை. ஒருவரை ஒருவர் அடித்துக்கொண்டதும் இல்லை. கீழே பிடித்துத் தள்ளி விட்டதும் இல்லை.

சிறுவனாகிய அப்பாவிற்குத் தெரிந்த எல்லாப் பையன்களும், உமாவைப் போலவே இருந்திருந்தால், அவர் பெரிதும் மகிழ்ச்சி அடைந்திருப்பார். ஆனால் அந்தப் பையன்கள் வித்தியாசமானவர்களாக இருந்தார்கள். மேலும் சிறுவனாகிய அப்பாவைத் தொடர்ந்து கிண்டல் செய்தும் கொண்டிருந்தார்கள். ஏனெனில் அவர் ஒரு சிறுமியோடு விளையாடிக்கொண்டிருக்கிறார்

என்பதற்காக, அப்பாவைக் காணும் போதெல்லாம், அவரைக் கிண்டலடித்துப் பாட்டுக்கூட பாடுவார்கள்.

“கெழவன், கெழவி கல்யாணம்

கெண்டை மீன் குஞ்சு சாப்பாடு”

அந்தப் பையன்கள் சிறுவனாகிய அப்பாவைப் பார்த்து, “உங்கள் இருவருக்கும் எப்பொழுது கல்யாணம்” என்று கேட்பார்கள்.

ஒரு சிறுவன், ஒரு சிறுமியோடு விளையாடுவது என்பதை, மற்ற பையன்கள் ஒரு பயங்கரமான செயலாகவேதான் பார்த்தார்கள்.

சிறுவனாகிய அப்பாவும், இதனால் பல நேரங்களில் மிகவும் புண்பட்டுப் போனார். சில நேரங்களில் அழக்கூடச் செய்தார்.

ஆனால் சிறுமி உமாவோ, சும்மா சிரித்துக் கொள்ள மட்டுமே செய்தாள். அவர்கள் கிண்டலடித்தால், அடித்துக் கொள்ளட்டும் என்று அவள் அப்பாவிடம் கூறினாள்.

அதனால்தான், அவளைக் கிண்டலடிப்பதில் அர்த்தம் இல்லை, என்று நினைத்த மற்ற பையன்கள், சிறுவனாகிய அப்பாவை மட்டுமே கிண்டலடித்தார்கள். உமாவைப் பற்றி அவர்கள் அக்கறை காட்டவே இல்லை.

ஆனால் ஒரு நாள், ஒரு பெரிய நாய் ஒன்று, அவர்கள் விளையாடிக்கொண்டு இருந்த முற்றத்திற்குள்ளாக ஓடி வந்தது. யாரோ ஒரு பையன் உடனே அலறினான்.

அது ஒரு பைத்தியம் பிடித்த நாய் என்று சொன்னார்கள்

துணிச்சல் மிகுந்த பையன்கள், பயத்தினால் அங்கிருந்து நாலாப்பக்கமும் அலறியடித்துக்கொண்டு ஓடினார்கள்,. சிறுவனாகிய அப்பா, எங்கும் ஓட முடியாமல், இருந்த இடத்திலேயே நிலையாய் நின்றுவிட்டார். அவருக்கு மிக அருகாமையில், அந்த நாய் நின்றுகொண்டு இருந்தது. பிறகு சிறுமி உமா அப்பாவிடம் ஓடிப் போய் நின்றுகொண்டு, அந்த நாயை நோக்கி ஒரு கம்பை எடுத்து வீசினாள்,

‘இங்கிருந்து ஓடி விடு’’ என அவள் நாயைப் பார்த்துக் கத்தினாள்.

அந்தப் பயந்தாங்கொள்ளிக் கிறுக்கு நாய், தனது கால்களுக்கிடையே, வாலைச் சுருட்டி மடக்கிக்கொண்டு, அங்கிருந்து வெளியே ஓடியது. பிறகுதான் அது பைத்தியம் பிடித்த நாய் இல்லை என்பதை எல்லோருமே உணர்ந்து கொண்டார்கள்.

ஓர் அறிமுகமில்லாத முற்றத்திற்குள்ளாக அது சும்மா சுற்றித் திரிந்திருக்கிறது. ஓர் அறிமுகமில்லாத முற்றத்திற்கும், தங்களுடைய சொந்த முற்றத்திற்கும் இடையேயுள்ள வித்தியாசத்தை எல்லா நாய்களுமே அறியும்.

ஓர் அறிமுகமில்லாத முற்றத்திற்குள்ளாக நுழையும்போது, மிகவும் பயங்கரமான நாய் கூட தனது பயங்கரத்தை மறந்து விடுகிறது.

அது ஒரு கிறுக்கு நாய் இல்லை என்பதைப் பையன்கள் தெரிந்துகொண்டதும், குச்சிகளையும், கற்களையும் எடுத்துக்கொண்டு, அந்த நாயின் பின்னால் ஓடினார்கள். அவ்வாறு செல்வதற்கு உங்களுக்கு அதிகமான துணிச்சல் தேவைப்படாது. அதை நாய் கூட அறிந்திருந்தது. தெருவிற்குள்ளாகப் போனதுமே, அது திரும்பி நின்று, துரத்திக்கொண்டு வந்த சிறுவர்களைப் பார்த்து, உறுமத் தொடங்கியது., மீண்டும் தங்களது முற்றத்தை நோக்கிச் சிறுவர்கள் பயத்தோடு ஓடி வந்தார்கள்

மறுபடியும் அவர்கள், சிறுவனாகிய அப்பாவைக் கேலி செய்யத் தொடங்கினார்கள்.

"பயந்தாங்கொள்ளிப் பூனை" என்று அவர்கள் அப்பாவைக் கிண்டல் செய்தார்கள். "நீ பயந்து நடுங்கிவிட்டாய், உன்னால் ஓடக் கூட முடியவில்லை" என்றும் சொன்னார்கள்.

ஆனால் சிறுவனாகிய அப்பா சொன்னார்.

''பயந்தாங்கொள்ளி நான் ஒருவன் மட்டுமல்ல, நீங்கள் எல்லோரும்தான், பயந்து நடுங்கிப் போனீர்கள். உமா ஒருத்தி மட்டும்தான் பயப்படாது துணிச்சலாக இருந்தாள்" என்று அப்பா சொன்னார்.

உடனே மற்ற எல்லாப் பையன்களும், வெட்கப்பட்டுப் போனார்கள். சொல்வதற்கு அவர்களுக்கு ஏதுமில்லை. ஆனால் உமா சொன்னாள்:

"அது உண்மையல்ல, நானும் கூடத்தான் பயந்து, நடுங்கிப் போனேன்"

அப்பொழுது எல்லோருமே சிரித்தார்கள். அதற்குப் பிறகு அவர்கள் சிறுவனாகிய அப்பாவைக் கிண்டல் செய்வதே இல்லை. சிறுவனாகிய அப்பாவும், உமாவும் சிறந்த நண்பர்களாகவே இருந்தார்கள்.

12

அப்பா தன்னுடைய வலிமையை சோதித்தது எப்படி?

அப்பா சிறுவனாக இருந்தபோது, அவருக்குப் பல நண்பர்கள் இருந்தார்கள். அவர்கள் எல்லோருமே தினந்தோறும் ஒற்றுமையாக சேர்ந்தே விளையாடினார்கள். சில சமயங்களில் அவர்களுக்குள் வாய்ச்சண்டை நடப்பதும் உண்டு. சமயங்களில் சண்டையிட்டுக் கொள்ளவும் செய்தார்கள். பிறகு எல்லாவற்றையும் மறந்து, நல்ல நண்பர்களாகிக் கொள்ளவும் செய்தார்கள்.

ஆனால் அவர்களில் ஒரே ஒரு பையன் மட்டும், எப்பொழுதும், யாருடனும் சண்டை போட்டுக் கொண்டதே கிடையாது. அவனது பெயர் இயல்.

அவனுடைய அப்பா, ஒரு சைக்கிள் கடை வைத்திருந்தார். தனது அப்பாவினுடைய சைக்கிள் கடையைப் பற்றி எப்பொழுதும் இயல் பேசிக்கொண்டே இருப்பான்.

தனது அப்பா ஒரு சிறந்த சைக்கிள் மெக்கானிக் என்றும், அவர் விரைவாக சைக்கிள் டயர்களுக்கு பஞ்சர் போட்டு விடுவார் என்றும் சிறுவனாகிய அப்பாவிடமும், மற்ற நண்பர்களிடமும் சொல்லிக்கொண்டே இருப்பான் இயல்.

“நான் பெரியவனாகும்போது, என்னுடைய அப்பாவைப் போல நானும் ஒரு சைக்கிள் கடை வைப்பேன்” என்றும் சொல்வான்.

இயலைப் பார்ப்பதற்கும், அவனோடு எந்நேரமும் பேசிக்கொண்டு இருப்பதற்கும் சிறுவனாகிய அப்பா பெரிதும் விரும்பினார்.

இயலின் வீட்டில் எப்பொழுதுமே மகிழ்ச்சி இருந்தது. எல்லோருமே மகிழ்ச்சியாக இருந்தார்கள். இயல் எப்பொழுதுமே மிகுந்த சுறுசுறுப்பாக இருந்தான். அவன் அரிசி வாங்கி வர ரேஷன் கடைக்குப் போவான். காய்கறி வாங்கி வர மார்க்கெட்டுக்குப் போய் வருவான். அடுப்பு எரிப்பதற்காக விறகு வெட்டுவான். தரையைக் கூட்டவும், அவ்வப்போது, அவனுடைய அம்மாவிற்கு உதவியாகப் பாத்திரங்கள் கழுவவும் செய்வான்.

அவனுடைய குடும்பத்தில் இருந்த எல்லோருமே, இயலை அதிகமாகவே நேசித்தார்கள். இதை எல்லாம் சிறுவனாகிய அப்பா நேரடியாகவே, அவனுடைய வீட்டில் பார்த்து ரசித்தார்.

இயல் என்னமோ வளர்ந்து பெரியவனாகிவிட்டது போல, இயலின் அப்பா, இயலிடம் பலவிதமான யோசனைகளையும் கேட்டார்.

“காலையில் வாடகைக்குப் போன சைக்கிள்கள் எல்லாம் திரும்பி வந்து விட்டனவா?” இயல்.

அந்த 14ஆம் நம்பர் சைக்கிளில் பிரேக் பிடிக்கவில்லை என்று சொன்னாயே? என்னாயிற்று?”

“மழைக்காலம் வரை, இந்த விறகுக் கட்டைகள், அடுப்பெரிக்கப் போதுமானதாக இருக்குமா?”

இப்படி எல்லாம் ஏராளமான விஷயங்களை, இயலின் அப்பா, அவனோடு பகிர்ந்து கொண்டதைச் சிறுவனாகிய அப்பா மிகவும் கூர்மையாக கவனித்தார்.

எல்லா கேள்விகளுக்குமே, இயலிடம் ஏதோ ஒரு அழகான பதில் இருந்ததையும், அப்பா கண்டு வியந்தார்.

இயலின் வீட்டிற்கு நண்பர்கள் யாரேனும் பார்க்க வந்துவிட்டால், அவர்களை உட்காரவைத்து, ஏதேனும் நல்ல உணவு கொடுத்து, வீட்டில் எல்லோருமே மிகவும் அன்பாகப் பேசிக்கொண்டு இருப்பார்கள். பிறகு ஒவ்வொருவரும் விளையாட ஆரம்பிப்பார்கள்.

இயலின் வீட்டில் இருப்பதைப் போன்று, தனது வீட்டில் ஒரு போதும் சுதந்திரம் இல்லையே, என்பதற்காகச் சிறுவனாகிய அப்பா எப்பொழுதுமே வருத்தப்பட்டார். சிறுவனாகிய அப்பாவும், இயலும் நெருங்கிய, நல்ல நண்பர்களாக இருந்தார்கள். ஆனால் சண்டை போடுவதற்கு இயல் ஒருபோதும் ஏன் விரும்பவில்லை என்பதைச் சிறுவனாகிய அப்பாவால் ஒருபோதும் புரிந்துகொள்ளவே முடியவில்லை.

சிறுவனாகிய அப்பா ஒரு நாள் இயலிடமே கேட்டார்.

“சண்டை போட நீ பயப்படுகிறாயா?”

அதற்கு இயல் சொன்னான்.

“நம்முடைய சொந்த ஆட்களுக்கு எதிராகச் சண்டை போடுவதில் என்ன பயன்?”

ஒரு நாள், அவர்கள் எல்லாரிலும், யார் வலிமை நிரம்பியவர்கள் என்பதைக் குறித்துப் பையன்கள் எல்லோரும் விவாதம் செய்துகொண்டு இருந்தனர்.

பையன்களில் ஒருவன் சொன்னான் :

"என்னை விட பெரியவன், இங்கு யாராக இருந்தாலும், நான் பயப்பட மாட்டேன்! சும்மா பூனைக்குட்டியைப் போல அவர்களை என்னால் சுற்றி வீசி எறிய முடியும்" என்று தன்னுடைய கையைத் தூக்கி காட்டினான்.

மற்றொரு பையன் சொன்னான்.

"எனக்கு அவ்வளவு வலிமை உண்டு என்பதை, என்னாலேயே கூட நம்ப முடியவில்லை. குறிப்பாக என்னுடைய இடது கை, இரும்பு போல இருக்கும்"

மூன்றாவது பையன் சொன்னான்.

"உண்மையிலேயே நான் எவ்வளவு வலிமை வாய்ந்தவன், என்று நீங்கள் சோதித்துப் பார்க்க விரும்பினால், என்னை நீங்கள் பைத்தியமாக்க வேண்டியிருக்கும். பிறகு நீங்கள் விலகிப் போய் விடுவது நல்லது. ஏனெனில் அடுத்து, நான் என்ன செய்யப் போகிறேன் என்று எனக்கே தெரியாது எதாவது ஒன்று நடந்துவிட்டால், அதற்கு நான் பொறுப்பாக முடியாது"

சிறுவனாகிய அப்பா சொன்னார்.

"உங்களோடு விவாதம் செய்துகொண்டிருப்பதில் எந்தவித அர்த்தமும் இல்லை. உங்கள் எல்லோரையும் விட நான் தான் வலிமை வாய்ந்தவன் என்பது எனக்குத் தெரியும்".

''அவர்கள் எல்லோருமே மாற்றி, மாற்றிப் பெருமை அடித்துக்கொண்டு இருந்தார்கள். ஆனால் இயல் மட்டும் ஒரு வார்த்தைக் கூட பேசவில்லை. பிறகு பையன்களில் ஒருவன் பேசினான்.

"என்ன செய்யலாம் என்று எனக்குத் தெரியும், நாம் எல்லோரும் சண்டை போடலாம். நம்மில் யார் ஜெயிக்கிறானோ, அவன் தான் எல்லோரையும் விட வலிமையானவன்.

எல்லாப் பையன்களும் ஒத்துக்கொண்டார்கள். சண்டையிடத் தொடங்கினார்கள். ஒவ்வொருவரும் இயலோடு சண்டைபோட விரும்பினார்கள். ஆனால் அவன் ஒருபோதும் சண்டையே போடவில்லை. அவன் மிகவும் நோஞ்சான் என்று, பையன்கள் பேசிக் கொண்டார்கள்.

இயல் முதலில் யாரிடமும் சண்டைப் போடவில்லை. ஆனால் நல்ல இரும்பு போன்ற இடது கை கொண்ட பையன், இயலைக் கவ்விப் பிடித்தபோது, இயல் கோபமடைந்தான். ஒரே நொடியில்

அவனைத் தூக்கித் தரையிலே வீசி எறிந்தான். பிறகு, எல்லோரையும் பூனைக்குட்டியைப் போல சுற்றி வீசுவதாக சொன்ன பையன், மல்லாந்து தரையில் விழுந்துகிடப்பதை, அவனாகவே அறிந்தான்.

"எனக்கு பைத்தியம் பிடித்துவிட்டால், என்ன செய்வேன் என்று எனக்கே தெரியாது" என்று சொன்ன பையன் அடுத்து வந்தான்., ஏற்கெனவே அவன் தரையில் படுத்திருந்தாலும், நான் இன்னமும் பைத்தியமாகி விடவில்லை" என்று கத்தினான்.

பிறகு சிறுவனாகிய அப்பாவை இயல் மல்லாக்க வீழ்த்தினான்.

அவர்கள் நல்ல நண்பர்களாக இருந்தபடியால், எல்லோரிலும் அப்பாவைக் கீழே வீழ்த்துவது மிகவும் கடினமானது போன்று இயல் நடித்து, மற்றவர்களை நம்பச் செய்துகொண்டு இருந்தான்.

"இயல், நீதான் எல்லோரை விடவும் வலிமை வாய்ந்தவன், பலசாலி, இதை ஏன் நீ கடைசி வரை சொல்லிக்கொள்ளவேயில்லை" என்று எல்லாப் பையன்களும், இயலிடம் கேட்டனர்.

இயல் சிரித்துவிட்டுச் சொன்னான்.

"பெருமையடித்துக் கொள்வதில் என்ன பயன்?"

மேற்கொண்டு அவனிடம் பேசுவதற்குப் பையன்கள் எவருக்குமே எதுவுமே இல்லை. ஆனால் அவர்கள் எல்லோரும், அப்போதிருந்து, தங்களது வலிமையைப் பற்றி பெருமையடித்துக் கொள்வதை நிறுத்திவிட்டார்கள். உண்மையிலேயே வலிமையாக இருப்பது, பெருமையடித்துக்கொள்வதை விட மேலானது என்பதைச் சிறுவனாகிய அப்பா நன்றாகப் புரிந்துக் கொண்டார்.

இப்போது அவர், இயலை முன்னைவிட மிக அதிகளவு நேசித்தார்.

பல வருடங்கள் கழிந்தன. சிறுவனாகிய அப்பா, வளர்ந்து பெரியவர் ஆனார். வேறு ஓர் ஊருக்கு அவர் சென்றுவிட்டதனால், இயல் எங்கே இருக்கிறான், என்பது அவருக்குத் தெரியவில்லை. ஆனால் இயல் மிகவும் அருமையான மனிதனாக மாறியிருப்பான் என்பதில் அப்பா உறுதியாக இருந்தார்.

13

அப்பா பள்ளிக்கூடம் சென்றது எப்படி?

அப்பா சிறுவனாக இருந்தபோது, எப்போதுமே உடல் நிலை பாதிக்கப்பட்டு, நோயாளியாகவே இருந்தார். சினிமாவில் மழைபெய்தால் கூட அப்பாவுக்குச் சளி பிடித்துவிடும் என்றால் பார்த்துக்கொள்ளுங்களேன்! குழந்தைகளுக்கு வரக்கூடிய எல்லாவிதமான நோய்களுமே வந்தன.

நன்றாகச் சளிபிடித்து சிறுவனாகிய அப்பா, சதா தும்மிக்கொண்டே இருந்தார். தொடர்ந்து இருமலும் அப்பாவிற்கு இருந்தது. ஒரு முறை அப்பாவிற்கு அம்மைகூடப் போட்டு இருந்தது. உடம்பெங்கும் நிறைய கொப்புளங்கள், சிறுவனாகிய அப்பா நிறையவே சித்திரவதைகளை அனுபவித்தார்.

உடல் நலமில்லாமல் போன ஒவ்வொரு முறைக்கும் பிறகு, சிறுவனாகிய அப்பாவிற்குச் சிக்கல்கள் ஏற்பட்டன. சிக்கல்கள் சரியாகிப் போனபோது, அடுத்த நோயைப் பெற்றுக் கொள்வதற்காக, சிறுவனாகிய அப்பாவின் உடல் தயாராக இருந்தது.

சிறுவனாகிய அப்பா, பள்ளிக்குச் செல்ல வேண்டிய நாள் வந்தபோது, வழக்கம் போல் அப்பாவிற்கு உடல்நிலை சரியில்லாமல் போனது. தாத்தாவும், பாட்டியும் மிகுந்த கவலை அடைந்தனர். இறுதியில் சிறுவனாகிய அப்பாவின் உடல் நலமடைந்து பள்ளிக்கூடத்திற்குச் சென்றார்.

சிறுவனாகிய அப்பா, பள்ளிக்கூடத்திற்குச் சென்றபோது, மற்றக் குழந்தைகள் எல்லோரும், முன்னமே படித்துக்கொண்டு இருப்பதை முதன் முறையாக அப்பா கண்டார். அப்பாவிற்கு உடல்நிலை சரியில்லாமல் இருந்த காரணத்தினால், பள்ளிக்கூடம் திறந்து இரண்டு வாரங்கள் கழித்துத்தான் சிறுவனாகிய அப்பா பள்ளிக்கூடம் சென்றார்.

அப்பா பள்ளிக்கூடம் போன போது, அவரது வகுப்பில் இருந்த குழந்தைகள், ஒருவரை ஒருவர் நன்றாகத் தெரிந்து வைத்து

இருந்தார்கள். அந்தக் குழந்தைகள் எல்லோரை பற்றியும், ஆசிரியையும் தெரிந்து வைத்திருந்தார்.

ஆனால் வகுப்பில் இருந்த மற்றக் குழந்தைகளோ, வகுப்பு ஆசிரியையோ, சிறுவனாகிய அப்பாவைப் பற்றி ஒன்றுமே அறிந்திருக்கவில்லை. எல்லோருமே யாரோ ஒரு அந்நியனை பார்ப்பது போல உற்றுப் பார்த்தார்கள். சிறுவனாகிய அப்பாவிற்கு அது ஒரு தர்ம சங்கடமான சூழலாக இருந்தது.

அது மட்டுமின்றி, சில குழந்தைகள், அப்பாவைக் கண்டு முகம் சுளித்தனர். வேறு சிலர் கேலி செய்தனர்.

ஆனால் அந்த நேரத்தில் பள்ளிக்கூட மணி அடித்தது. குழந்தைகள் வகுப்பறைக்குள் சென்று, தாங்கள் அமரும் இடங்களைப் பிடித்துக்கொண்டனர். ஆனால் சிறுவனாகிய அப்பாவிற்குத், தான் எங்கே அமருவது என்று தெரியவில்லை. சிறுமிகளில் ஒருத்திக்கு அருகில் அமரச் சொல்லி, சிறுவனாகிய அப்பாவிடம் ஆசிரியை கூறினார். எல்லாக் குழந்தைகளுமே சிரிக்கத்தொடங்கினார்கள். அப்பாவிற்கு அருகில் உட்கார்ந்துகொண்டு இருந்த சிறுமியும் சிரித்தாள்.

சிறுவனாகிய அப்பாவிற்கு அழுதுவிட வேண்டும் போலிருந்தது. ஆனால் அப்பாவிற்குத் திடீரென்று, அங்கு நடப்பது எல்லாமே வேடிக்கையாக இருந்தது. பிறகு சிறுவனாகிய அப்பாவும் சிரித்தார். பிறகு ஆசிரியையும் சிரித்தார்.

பிறகு ஆசிரியை சொன்னார்.

“நல்லது! நீ எங்கே அழ ஆரம்பித்து விடுவாயோ? என்று நான் பயந்துகொண்டு இருந்தேன். பரவாயில்லை, நீ நல்ல பையன்தான்”.

“ஆக, நானும் அப்படித்தான் பயந்துக்கொண்டு இருந்தேன் என்றார் சிறுவனாகிய அப்பா.

பிறகு வகுப்பில் இருந்த எல்லோருமே சிரித்தார்கள்.

இப்போது, குழந்தைகளே என்றார் ஆசிரியை

‘‘உங்களுக்கு ஒரு விஷயத்தைச் சொல்ல விரும்புகிறேன். அதாவது, அழ வேண்டும் போல நீங்கள் உணரும்போது, நீங்கள் சிரித்துவிட முயலவேண்டும்.

உங்கள் எதிர்கால வாழ்க்கை முழுமைக்குமான, என்னுடைய சிறிய அறிவுரை இது. சரியா! நாம் இப்போது பாடங்களைத் தொடரலாம்” என்றார் ஆசிரியை.

வகுப்பிலுள்ள மற்ற குழந்தைகளைக் காட்டிலும், தன்னால் நன்றாகப் படிக்க முடியும் என்பதை, முதல் நாளிலேயே சிறுவனாகிய அப்பா, நன்றாக கண்டுப்பிடித்தார். அதே சமயம் மற்ற எல்லாக் குழந்தைகளையும் விட, தன்னுடைய கையெழுத்து, மிகவும் மோசமானதாக இருப்பதையும் அப்பா அறிந்துகொண்டார்.

எனினும், பாடம் நடத்தும்போது, மற்றக் குழந்தைகள் எல்லாம், மிகவும் அமைதியாகப் பாடத்தைக் கவனித்துக்கொண்டிருந்தனர். ஆனால் சிறுவனாகிய அப்பாவோ, வளவளவென்று பேசிக்கொண்டே இருந்தார். அதைக் கவனித்த ஆசிரியை, அப்பாவை நோக்கித் தனது விரலைக் காட்டிப் பேசாமல், பாடத்தைக் கவனிக்குமாறு சொன்னார்.

அவர் மிகவும் அருமையான ஆசிரியை, ஆனாலும் கண்டிப்பானவர். ஆனால் எல்லாவற்றைக் காட்டிலும், குழந்தைகள் மீது மிகவும் அன்பானவர். அவரிடம் ஒரு விஷயத்தைப் பற்றி அறிந்துகொள்வது என்பது குழந்தைகளுக்கு ஆர்வமூட்டுவதாகவும், வேடிக்கையானதாகவும் இருந்தது.

அந்த ஆசிரியையின் புத்திமதியை சிறுவனாகிய அப்பா தன்னுடைய வாழ்நாள் முழுக்க, நினைவு வைத்திருந்தார். ஏனென்றால், சிறுவனாகிய அப்பாவின் பள்ளி வாழ்க்கையில் அது முதல்நாள் தான். அதன் பிறகு ஏராளமான பள்ளி நாட்கள் இருந்தன. பள்ளியில் படித்த போது, பல வேடிக்கையான சம்பவங்களும், துயரமும், நல்லதும், கெட்டதுமாக சிறுவனாகிய அப்பாவிற்கு ஏற்பட்டன. ஆனால்! அது மற்றொரு கதை!

14

அப்பா பள்ளிக்கூடத்திற்கு எப்போதும் தாமதமாக வந்தது எப்படி?

அப்பா சிறுவனாக இருந்தபோது, மற்ற எல்லாக் குழந்தைகளையும் போலவே, அவரும் பள்ளிக்கூடத்திற்குச் சென்றார்.

பள்ளிக்கூட மணி அடிப்பதற்கு முன்பாகவே, எல்லாக் குழந்தைகளும் பள்ளிக்கூட வளாகத்திற்குள் வந்துவிடுவார்கள். ஆனால் சிறுவனாகிய அப்பா எப்பொழுதுமே பள்ளிகூடத்திற்கு தாமதமாகவே வந்தார்.

காலை வழிபாட்டுக் கூட்டம் முடிந்து, எல்லாக் குழந்தைகளும் வகுப்பறைக்குள் சென்ற பின்னர்தான், அப்பா, தனது பள்ளிக்கூடப் பையை முதுகில் சுமந்துகொண்டு, மெதுவாக நடந்து வருவார்.

சில நேரங்களில் முதல் பீரியடு முடிந்து, இரண்டாவது பீரியடு ஆரம்பிக்கும்போதுகூட ஆடி அசைந்து வந்து சேருவார். சிறுவனாகிய அப்பாவின் தாமதமான வருகை என்பது, அவரது வகுப்பு ஆசிரியைக்கு மிகுந்த வியப்பாக இருந்தது.

இது போன்ற ஒரு மாணவனை, அந்த ஆசிரியை இதற்கு முன்பு ஒருபோதும் பார்த்ததில்லை என்றும் கூறினார். வேறு எந்தப் பள்ளிக்கூடத்திலும், சிறுவனாகிய அப்பாவைப் போல, ஒரு பையன் நிச்சயமாக இருக்க மாட்டான் என்று பள்ளிக்கூடத் தலைமையாசிரியர் கூறினார்.

“அவன் எப்பொழுதுமே மிகவும் தாமதமாகத்தான் வருகிறான் என்று தலைமை ஆசிரியர் கூறினார். “தங்களால் அவனை, எதுவுமே செய்ய முடியவில்லை என்று அவனது பெற்றோர்கள் கூறுகிறார்கள். ஏற்கெனவே நான் அவனுடைய பெற்றோர்களிடம் இரண்டு முறை, இந்தப் பையன் குறித்துப் பேசிவிட்டேன்” என்றும் வகுப்பு ஆசிரியையிடம், தலைமை ஆசிரியர் சொல்லிக்கொண்டு இருந்தார்.

உண்மைதான், தாத்தாவாலும், பாட்டியாலும், சிறுவனாகிய அப்பாவை எதுவுமே செய்ய முடியவில்லை, ஒவ்வொரு நாள் மாலையிலும், அதே கதைதான் திரும்ப திரும்ப நடந்தது.

“உன்னுடைய வீட்டுப் பாடத்தைச் செய்து முடித்து விட்டாயா? என்று பாட்டி கேட்பாள்.

“கொஞ்சம் பொறுங்கள்” என்று சிறுவனாகிய அப்பா பதில் சொல்வார்.

“என்ன படித்துக்கொண்டு இருக்கிறாய்? முதலில் கதைப் புத்தகங்கள் படிப்பதை நிறுத்திவிட்டு, வீட்டுப்பாடத்தை முடி” என்று தாத்தா கூறுவார்.

“இன்னும் ஒரே ஒரு பக்கம்தான் இருக்கிறது. படித்து முடித்ததும், நான் கண்டிப்பாக வீட்டுப்பாடத்தைச் செய்கிறேன்” என்று தாத்தாவிடம் சிறுவனாகிய அப்பா, சத்தியம் செய்து சொல்வார்.

சிறுவனாகிய அப்பா, அந்தப் பக்கத்தை முடித்துவிட்டு, அடுத்தப் பக்கத்தையும் படிக்கத் தொடங்குவார். தனக்கு எப்பொழுதும் சோர்வூட்டக்கூடிய, அலுப்புத் தட்டக்கூடிய பாடப்புத்தகத்தை எடுத்து, வீட்டுப்பாடங்களைச் செய்யத் தொடங்க வேண்டும். என்பதற்காக, அவருக்கு ஆர்வமூட்டும், கதைப் புத்தகத்தை வெறுமனே கீழே வைக்க சிறுவனாகிய அப்பாவால் ஒருபோதும் முடிந்ததில்லை.

“அந்தப் புத்தகத்தைப் கீழே வைத்துவிட்டுப் பாடப்புத்தகத்தைக் கையில் எடு” என்று தாத்தா சத்தம் போடுவார்.

“கொஞ்ச நேரம் பொறுங்கள்!” என்பார் சிறுவனாகிய அப்பா.

“அந்தப் புத்தகத்தைக் கீழே வைக்க போகிறாயா? இல்லை, உதை வாங்கப் போகிறாயா?” என்று தாத்தா, சிறுவனாகிய அப்பாவிடம் கண்டிப்பான, கோபமான குரலில் கத்துவார்.

கடைசியாகத் தாத்தாவும், பாட்டியும் பொறுமையிழந்து போவார்கள். சிறுவனாகிய அப்பாவின் கைகளில் இருக்கும், கதைப்புத்தகத்தைப் பறித்துத் தூர வீசுவார்கள்.

“நீ பெருத்த சோம்பேறியாகத்தான் ஆகப் போகிறாய்!” என்று சிறுவனாகிய அப்பாவைப் பயமுறுத்துவார்கள்.

பிறகு சிறுவனாகிய அப்பா, மிகவும் சங்கடப்பட்டுப் போவார். தன்னுடைய கதைப்புத்தகத்தைக் கேட்டுப் பாட்டியிடமும், தாத்தாவிடமும் கெஞ்சி அழத் தொடங்குவார். “நீங்கள் எனக்குப் பிடித்த புத்தகத்தை, என்னிடம் கொடுக்கவில்லை என்றால், நான் அறவே வீட்டுப்பாடமே செய்யமாட்டேன்” என்று சிறுவனாகிய அப்பா, அடம் பிடிப்பார்.

இப்படியே ஒவ்வொரு நாள் மாலைப் பொழுதும், இந்தச் சண்டை நீடிக்கும். பள்ளிக்கூடம் விட்டு, சிறுவனாகிய அப்பா, வீட்டிற்கு வந்ததும் கொஞ்ச நேரம் விளையாடிவிட்டு, பிறகு

வீட்டுப்பாடம் செய்ய வேண்டும் என்று தாத்தாவும், பாட்டியும் விரும்புவார்கள்.

ஆனால் சிறுவனாகிய அப்பாவோ விளையாடவும் போக மாட்டார். வீட்டிற்கு வந்தவுடன் யூனிஃபார்மைக் கழற்றி வைத்து விட்டு, முகம், கைகால்கள் கழுவிக்கொண்டு, பாட்டி கொண்டு வந்து கொடுக்கும் டீயைக் குடிப்பார்.

பிறகு தனக்குப் பிடித்தமான ஒரு புத்தகத்தை எடுத்துக்கொண்டு, தனிமையாகப் போய்விடுவார் சிறுவனாகிய அப்பா.

ஒரு வழியாக, சிறுவனாகிய அப்பாவிடமிருந்து, அந்தப் புத்தகத்தைப் பறித்துவிட்டு, வீட்டுப்பாடத்தைச் செய்யத் தூண்டுவார்கள்.

கடைசியாகத் தனது வீட்டுப்பாடத்தைச் செய்வதற்குச் உட்காரும் போது, சிறுவனாகிய அப்பா தூங்கிப் போய்விடுவார். அவருடைய பெற்றோர் சிறுவனாகிய அப்பாவை எழுப்புவார்கள். ஆனால் அரைத்தூக்கத்தில் இருக்கும் அப்பா, மறுபடியும் தூங்கிப் போய் விடுவார்.

ஆனால் தாத்தாவும், பாட்டியும் சிறுவனாகிய அப்பாவைத் திரும்பத் திரும்ப எழுப்புவார்கள். ஆக! தினமும் அரைத்தூக்கத்திலேயே, சிறுவனாகிய அப்பா வீட்டுப்பாடத்தைச் செய்துகொண்டிருந்தார். இப்படியே தினமும், இரவில் ஒரு பகுதி கழிந்துகொண்டு இருந்தது. ஒரு கட்டத்தில் பாட்டியும், தாத்தாவுமே களைத்துப் போய் தூங்கிவிடுவார்கள்.

காலையில் அப்பாவைத் தூக்கத்தில் இருந்து எழுப்பி, பள்ளிக்கூடத்திற்கு அனுப்புவது என்பது தாத்தாவிற்கும், பாட்டிக்கும் மிகப்பெரிய சவாலாகவே இருந்தது.

"எழுந்திருடா" என்று பாட்டி கூறுவாள்.

"கொஞ்ச நேரம் தூங்கிக்கிறேன்ம்மா என சிறுவனாகிய அப்பா கெஞ்சுவார். போர்வையை நன்றாக இழுத்திப் போர்த்திக்கொண்டு, படுக்கையில் கிடந்து நெளிவார்.

"டேய்.ஸ்கூலுக்கு நேரமாயிடுச்சுடா, இப்ப நீ எழுந்தா தான், நேரத்தோடு ஸ்கூலுக்குப் போக முடியும்" என்று சொல்லிக்கொண்டே சிறுவனாகிய அப்பாவைப் படுக்கையில் இருந்து எழுப்பிட தாத்தா முயலுவார்.

"அப்பா, கொஞ்ச நேரம் பொறுங்கள்" என்று மறுபடியும் அரைத்தூக்கத்தில் முணுமுணுப்பார்.

முதல் நாள் இரவு, நள்ளிரவுதாண்டி தூங்கப் போனால், காலையில் நேரத்தோடு எழுந்திருப்பது, எவ்வளவு கஷ்டமாக இருக்கும் என்பதை எல்லோருமே அறிவார்கள். காலையில் தான், அதுவும் அதிகாலையில் தான், நல்ல அருமையான, இனிய கனவுகளைக் காணத் தொடங்குவோம். குறிப்பாகப் பள்ளிக்கூடம் செல்ல வேண்டியிருந்தால், இன்னும் கூடுதலான அழகான, நமக்குப் பிடித்தமான கனவுகள் எல்லாம் வரும்.

சிறுவனாகிய அப்பா படுக்கையை விட்டு, மிகவும் மெதுவாக எழுந்திருப்பதிலும், மெதுவாக உடையணிவதிலும், மெதுவாக முகங் கழுவிக்கொள்வதிலும், மெதுவாக டீ குடிப்பதிலும், மெதுவாகத் தன்னுடைய பாடப் புத்தகங்களை எல்லாம் ஒன்று சேர்த்து, ஸ்கூல் பேக்கில் வைப்பதிலுமே, நேரம் போய்விடும்.

பிறகு வீட்டில் இருந்து புறப்பட்டு, வழியில் தென்படும் ஒவ்வொரு கடிகாரத்திலும், நேரத்தை, நடுக்கத்தோடு பார்த்துக்கொண்டும், பயத்தோடும், பள்ளிக்கூடத்திற்கு ஓடிக்கொண்டு இருப்பார்.

கடைசியாக மூச்சிறைக்க, சிறுவனாகிய அப்பா வகுப்பறைக்குள் நுழையும்போது, மற்ற குழந்தைகள் அப்பாவைப் பார்த்து ஊளையிட்டுச் சிரிப்பார்கள். அப்பா வந்து நிற்கும் கோலத்தைப் பார்த்து ஆசிரியையும் சிரிப்பார். “ஆகா, குழந்தைகளே, இதோ நம்முடைய திருவாளர் கும்பகர்ணன் வந்திருக்கிறார்” என்று கேலியாகச் சொல்லிச் சிரிப்பார்.

பள்ளிக்கூட அறிவிப்புப் பலகையில் கூட சிறுவனாகிய அப்பாவின் படத்தை வரைந்து வைத்து எல்லோரும் கிண்டலடித்தார்கள். அந்தப் படத்தில், அப்பா நன்றாகத் தூங்கிக்கொண்டு இருந்தார். நன்றாக போர்வையை இழுத்துப் போர்த்திக்கொண்டு, சாவகாசமாகத் தூங்குவதாகவும் அந்தப் படம் வரையப்பட்டு இருந்தது. அதே வேளை சிறுவனாகிய அப்பாவின் பெற்றோர் இரண்டு பெரிய வாளிகளிலிருந்து, தண்ணீரைக் கொண்டுவந்து அப்பாவின் மீது ஊற்றுவதாகவும் அதில் வரையப்பட்டு இருந்தது.

ஒரு பெரிய அலாரம், சிறுவனாகிய அப்பாவின் காதைப் பிடித்து, இழுத்துக்கொண்டு இருந்தது. மற்றொரு காதில் ஒரு பையன், ஒரு சங்கைக் கையில் வைத்து ஊதிக்கொண்டு இருந்தான்.

அந்தப் படத்திற்குக் கீழே இப்படியாக எழுதப்பட்டு இருந்தது. அதாவது தாலாட்டு என்று. இந்தச் செயல் சிறுவனாகிய

அப்பாவுக்குக் கோபத்தை ஏற்படுத்தியது. ஆனாலும், சிறுவனாகிய அப்பா இன்னமும் மிக தாமதமாகத்தான் பள்ளிக் கூடத்துக்கு வந்துகொண்டிருந்தார்.

ஒவ்வொரு நாளும், தன்னுடைய வீட்டுப் பாடத்தைக் கடைசி நிமிடத்தில்தான் செய்து முடித்தார். அதனால் அவரால், அதைச் சரியாகச் செய்ய முடியவில்லை. நிறைய தவறுகளோடுதான், அவருடைய வீட்டுப்பாடம் அனைத்தும் இருந்தன.

அதே சமயம், தினமும் தாமதமாக வகுப்பறைக்கு வந்தபடியால் அடிக்கடி புதிய பாடம் குறித்த ஆசிரியையின் விளக்கத்தைச் சிறுவனாகிய அப்பா கேட்கத் தவறினார்.

இதனால் வகுப்பிலுள்ள மற்றக் குழந்தைகள் என்ன செய்துகொண்டிருக்கிறார்கள்? அவர்கள் என்ன படித்தார்கள்? என்ன எழுதினார்கள்? என்பதைப் பற்றி எல்லாம் சிறுவனாகிய அப்பாவால் தெரிந்துகொள்வது, மிகவும் சிரமமானதாக இருந்தது.

மேலும் தாமதம் ஆனதால், எப்பொழுதுமே சிறுவனாகிய அப்பா, அவசரம் அவசரமாகத்தான் பள்ளிக்கூடத்துக்கு ஓடிக்கொண்டு இருந்தார். இதனால் எப்பொழுதுமே அப்பா பரபரப்பாகவும், பதற்றமாகவும் காணப்பட்டார். அவை அவருக்கு மிகவும் கெடுதலானவை, ஆனாலும், சிறுவனாகிய அப்பா, எப்போதுமே தாமதமாகவேதான் சென்றுகொண்டு இருந்தார்.

இப்படி தினமும் சிறுவனாகிய அப்பா, மிகவும் தாமதமாகப் பள்ளிக்கூடம் போவதில் இருந்து, அவரைத் திருத்துவதற்கு, தாத்தாவும், பாட்டியும் என்ன மாதிரியான வழிமுறைகளை எல்லாம் கண்டுபிடித்தார்கள் என்பதை உங்களுக்குச் சொல்ல ஆசைப்படுகிறேன்.

ஆசிரியர்களும், மற்றக் குழந்தைகளும், சிறுவனாகிய அப்பா, ஒரு நாள் மற்ற எவரையும் விட, முன்னதாகவே பள்ளிக்கூடம் வரவும், அதன் பிறகு வாழ்க்கையில் அப்பா, எப்போதும் தாமதமாக வராமலிருக்கும் வகையிலும், சிறுவனாகிய அப்பாவை எப்படி எல்லாம் கேலியும், கிண்டலும் செய்தார்கள் என்பதை உங்களுக்குச் சொல்ல ஆசைப்படுகிறேன்.

ஆனால் பொய் சொல்வதற்கு நான் விரும்பவில்லை

சிறுவனாகிய அப்பா, தன்னுடைய வாழ்நாள் முழுவதற்கும் தாமதமாகவே நடந்துகொண்டார். பள்ளிக்கூடத்திற்குத் தாமதமாகத்தான் சென்றார். அப்பறம் கல்லூரிக்கும் தாமதமாகவே சென்றார். வேலைக்கும் தாமதமாகச் சென்றார்.

எல்லோரும், எப்பொழுதும் அவரைக் கிண்டல் செய்தனர். சிறுவனாகிய அப்பா, தாத்தாவாலும், பாட்டியாலும் தண்டிக்கப் பட்டார். எல்லோராலும் கடுமையாக வசைபாடப்பட்டார்; கேவலப்படுத்தப்பட்டார். இந்த மோசமான பழக்கம் காரணமாக, அப்பா வாழ்க்கையில் பலவற்றை இழந்து விட்டார்.

ஒரு கல்யாணம், பிறந்தநாள் விழா என்று எங்கிருந்து அழைப்பு வந்தாலும், எல்லா இடங்களுக்கும், இதுவரை ஒரு முறை கூட அப்பா நேரத்திற்கு சென்றதில்லை. வியாபார தொடர்பான சந்திப்புகளுக்கும் கூட, அப்பா தாமதமாகவே சென்றதால், எல்லா வேலைகளுமே பாழாகிப் போகும்.

அவர் தாமதமாக வருவது பற்றிய வேடிக்கைக் கதைகளை அவரது நண்பர்கள் எப்பொழுதும் சொல்வதற்கு ஆசைப்பட்டனர். இப்போது கூட மெதுவாக நடப்பது என்பதே அப்பாவிற்குத் தெரியாது. அவர் எப்போதுமே விரைவாகச் சென்றார். ஏனெனில் அவர் எங்கு சென்றாலும், தாமதித்துப் போவதையே வழக்கமாகக் கொண்டிருக்கிறார். திரும்பவும் தாமதித்துச் செல்வதாக, இரவு நேரத்தில் அவர் கனவு கூடக் காண்பதுண்டு.

அவர் தூக்கத்தில் பயப்படவும், நடுங்கவும், சமயங்களில் புலம்பவும் செய்வார். திரும்பவும் சிறுவனாகி, ஒரு மாணவனாகப் பள்ளிக்கூடத்திற்கு ஓடிக்கொண்டு இருப்பது போன்று சில நேரங்களில் அவர் கனவு காண்கிறார்.

ஆனால் கனவில் அவர் கடிகாரத்தைத் திரும்பவும் உற்றுப் பார்க்கின்றபோது, அது இன்னமும் முன் நேரமாகத்தான் இருக்கிறது. ஒவ்வொருவரும் அவரை வாழ்த்துகிறார்கள். பள்ளித் தலைமை ஆசிரியர் அப்பாவிற்கு மலர்க்கொத்தினை அளிக்கிறார்.

பள்ளி அரங்கத்தில் அப்பாவினுடைய படத்தை, அவர்கள் மாட்டி வைத்து இருக்கிறார்கள். அப்பாவினுடைய வருகைக்காக வாத்தியக் குழு ஒன்று வாசித்துக்கொண்டு இருந்தது. ஆனால் அந்த நேரத்தில் அப்பா விழித்துக்கொள்ளும் பொழுதெல்லாம், தான் திரும்பவும், சிறுவனானால், ஒருபோதும் பள்ளிக்கூடத்திற்குத் தாமதமாகச் செல்லமாட்டேன் என்று அப்பா நினைக்கிறார்.

15

அப்பா சினிமாவுக்குச் சென்றது எப்படி?

அப்பா சிறுவனாக இருந்தபோது சினிமா பார்க்க, அவர் எப்போதுமே அனுமதிக்கப்பட்டதில்லை. “நீ சினிமா பார்க்கப் போகக் கூடாது. நீ மிகவும் சிறுவனாக இருக்கிறாய். நீ சினிமா பார்ப்பதற்கு இன்னும் நிறையக் காலமிருக்கிறது நீ இப்போது சினிமா பார்த்துக் கற்றுக்கொள்வதற்கு எதுவுமே இல்லை” என்று தாத்தா, பாட்டி, அத்தை என எல்லோரும், சிறுவனாகிய அப்பாவிடம் சொல்லிக்கொண்டு இருந்தனர்.

என்னைக் கேட்டால், சினிமா என்பது ஒரு தொற்று நோய், அதைத் தவிர சினிமாவில் வேறு எதுவுமில்லை. மேலும் டைஃபாய்டு காய்ச்சல் போன்றது சினிமா. சினிமா அயர்ச்சியை உருவாக்கும், பைத்தியம் பிடிக்க வைக்கும், அப்படிப்பட்ட சினிமா உனக்குத் தேவையில்லை. அதை நீ பார்க்காமல் இருப்பதே சிறந்தது” என்று அத்தை, சினிமா பற்றி நீண்ட பெரிய விளக்கத்தையே கொடுப்பாள்.

“என்னை சினிமாவிற்குப் போக விடுங்கள், எனக்கும் சினிமா பார்க்க மிகவும் ஆசையாயிருக்கிறது” என்று சிறுவனாகிய அப்பா, அவர்களுடன் வீணாக மன்றாடினார்.

அவருடைய எல்லா நண்பர்களும், சினிமாவிற்குப் போய்க் கொண்டுதான் இருக்கிறார்கள் என்றும், அவர்களுக்குத் தொற்று நோயோ, அயர்ச்சியோ, காய்ச்சலோ, இருமலோ வருவதில்லை என்றும், சிறுவனாகிய அப்பா சொன்னபோதும், அதைப் பாட்டியோ, தாத்தாவோ, அத்தையோ கேட்கக்கூட மாட்டார்கள்.

“நீ சினிமாவிற்குப் போக முடியாது” என்பதே அவர்கள் எல்லோருடைய, ஒரே பதிலாகவும் இருந்தது.

“நீ பள்ளிக்கூடத்திற்குச் செல்லும்போது, சினிமா பார்ப்பது என்பது ஒரு பெரிய விஷயமாகவே இருக்காது. அப்போது,

உன்னை சினிமா என்கிற தொற்றுநோய் பற்றிக் கொள்ளும் என்று உன்னை நாங்கள் வீட்டிற்குள்ளாகவே அடைத்து வைக்கவும் முடியாது. அப்போது, நீ எவ்வளவு விரும்புகிறாயோ, அடிக்கடி அவ்வளவு சினிமாவிற்குப் போகலாம் என்றும் அவர்கள் சொன்னார்கள்.

தனது நண்பர்களால் வழங்கப்பட்ட எல்லா சமீபத்திய படங்களையுமே சிறுவனாகிய அப்பா பார்த்தார். 'வீரபாண்டிய கட்டபொம்மன்' 'கப்பலோட்டிய தமிழன்' போன்ற படங்களை எல்லாம் சிறுவனாகிய அப்பா பார்த்து ரசித்து இருக்கிறார். 'கப்பலோட்டிய தமிழனில்', சிவாஜி எப்படி நாட்டிற்காகச் செக்கு இழுத்தார் என்பதை, எல்லா சிறுவர்களுமே நடித்துக் காட்டினார்கள்.

அப்புறம் 'வீரபாண்டிய கட்டபொம்மன்' படத்தில் சிவாஜி வெள்ளையர்களைப் பார்த்துக் கோபமாகப் பேசும் வசனத்தை, சிறுவர்கள் பேசிப் பார்த்துக்கொண்டு இருந்தனர். சிவாஜி கம்பீரமாக நடந்துசெல்வது போன்று ஒரு பையன் நடந்துகாட்டினான்.

சிறுவனாகிய அப்பாவும், அப்படி நடப்பதற்கு முயற்சி செய்தார். வெள்ளையர்களை எதிர்த்து சிவாஜி தன்னுடைய வாளை லாவகமாகச் சுழற்றி வீசுவதையும், குதிரையில் ஏறி புழுதி பறக்க, பயணம் செய்வதையும், சிறுவனாகிய அப்பாவும், அவருடைய நண்பர்களும் வாயைப் பிளந்துகொண்டு பார்த்துக்கொண்டு இருப்பார்கள்.

அப்புறம் சத்யஜித்ரேயின் 'பதேர் பாஞ்சாலி'யைச் சிறுவனாகிய அப்பா பார்த்துவிட்டுக் கண்ணீர் விட்டு அழுதார். அப்பா மாத்திரமில்லை, எல்லாச் சிறுவர்களுமே அழுதுவிட்டனர்.

இப்படித்தான் சிறுவனாகிய அப்பா காந்தி, காமராஜர், போன்ற தலைவர்கள் பற்றிய படங்களை எல்லாம் நண்பர்களோடு சேர்ந்து பல முறை பார்த்திருக்கிறார். மேலும் சிறுவனாகிய அப்பாவிற்காக, அவருடைய நண்பர்கள் இந்த உதவியை இலவசமாகச் செய்து கொண்டிருந்தார்கள்.

பையன்கள் தனக்கு உதவி செய்துகொண்டிருப்பது சிறுவனாகிய அப்பாவுக்கு நன்றாகத் தெரியும். ஆனால் இவை எல்லாமும் காரணமாகத்தான், தான் சினிமாவுக்குப் போக வேண்டும் என்ற விருப்பத்தை மட்டுமே அப்பாவிற்கு ஏற்படுத்தி இருந்தது.

சிறுவனாகிய அப்பா எதிர்பார்த்துக்கொண்டு இருந்த அந்த மகிழ்ச்சியான நாள் விரைவிலேயே அவருக்குக் கிடைத்தது. சிறுவனாகிய அப்பா பள்ளி மாணவரானார். முதலாவது வாரத்திலேயே, ஞாயிற்றுக்கிழமை மாணவர்கள் எல்லோரையும், வகுப்பு ஆசிரியை 'எங்களை வாழ விடுங்கள்' என்ற படம் பார்ப்பதற்காக அழைத்துச் சென்றார்.

காட்டில் வாழும் விலங்குகளான மான், புலி, சிங்கம், யானை, முயல், நரி என எல்லா மிருகங்களும், மனிதர்களின் தீயசெயல்களுக்கு எதிராகப் போராடி ஜெயிக்கும் படம் தான், 'எங்களை வாழ விடுங்கள்' என்ற அந்த சினிமா, அதைப் பார்ப்பதற்கு சிறுவனாகிய அப்பா மிகவும் அதிகமாக விரும்பினார்.

சிறுவனாகிய அப்பாவின் வீட்டிற்கு மிக அருகிலேயே, சினிமா தியேட்டரும் இருந்தது. ராமையா சித்தப்பாவிற்கும், அந்த சினிமா தியேட்டர் எங்கே இருக்கிறது என்று நன்றாகத் தெரியும். அதன் காரணமாகவே, வழக்கம் போல் தாமதமாகச் சென்ற சிறுவனாகிய அப்பாவுக்கு முன்னதாகவே, ராமையா சித்தப்பா தியேட்டருக்குச் சென்று இருந்தார்.

அதனால் சிறுவனாகிய அப்பாவின், வகுப்பு நண்பர்களோடு ராமையா சித்தப்பாவால் எளிதாக நட்பு கொள்ளவும், அவருக்கு நேரமிருந்தது. சிறுவனாகிய அப்பாவின் வகுப்பு ஆசிரியைகூட குழந்தையாக இருந்த ராமையா சித்தப்பாவை மிகவும் நேசித்தார்.

தன்னுடைய தம்பியைச் சினிமா தியேட்டரில் பார்த்த போது ஒரு வார்த்தைகூட பேசவில்லை. சித்தப்பாவின் காதைப் பிடித்து திருகி அவரை அங்கிருந்து இழுத்துச் சென்றார். சிறுவனாகிய அப்பா.

வலிதாங்க முடியாமல் ராமையா சித்தப்பா, பயங்கரமாகக் கத்தினார். இதனால் சித்தப்பாவின் வாயிலிருந்த, இரண்டு புளிப்பு மிட்டாய்களும், தரையில் கீழே விழுந்துவிட்டன. அப்பாவின் வகுப்பில் இருந்த சிறுமிகள், ராமையா சித்தப்பாவிற்கு தாங்கள் வைத்திருந்த எலந்தைப்பழம், நாவல்பழம், பேரிக்காய், பஞ்சு மிட்டாய் போன்று திண்பதற்கு நிறைய கொடுத்தனர். சிறுவனாக இருந்த ராமையா சித்தப்பா எல்லோர் மீதும் மரியாதையான பையனாக இருந்தார். யாராவது அவரைத் தூக்கி வைத்துக்கொள்ள விரும்பினாலோ, அவருக்குத் திண்பதற்கு ஏதாவது கொடுத்தாலோ, அதைத் சித்தப்பா மறுக்கவில்லை, சிரித்த முகத்தோடு சம்மதித்தார்.

அப்பா, சித்தப்பாவின் காதைப் பிடித்து இழுத்தபோது, அவர் வலி தாங்க முடியாமல் கத்தவே, அப்பாவின் வகுப்பில் இருந்த எல்லாக் குழந்தைகளும், ராமையா சித்தப்பாவின் பக்கம் சேர்ந்துகொண்டனர். அப்பாவின் வகுப்பு ஆசிரியையும் சொன்னார். ''அவன் எங்களோடு வரட்டும், அவனை நாங்கள் பார்த்துக்கொள்கிறோம்" என்று.

இதைக் கேட்டதும், தன் தம்பியின் காதில் இருந்து, தன்னுடைய கையைச் சிறுவனாகிய அப்பா எடுத்துக்கொள்ள வேண்டியிருந்தது. பிறகு குழந்தைகள் எல்லோரும் சினிமா தியேட்டருக்குள் நுழைந்தனர்.

எல்லாப் பக்கங்களில் இருந்தும், கதவுகள் வழியாகக் குழந்தைகள், ஒருவரை ஒருவர் நெருக்கித் தள்ளிக்கொண்டு தியேட்டருக்குள் ஓடினார்கள். எல்லோருக்கும் முன்னால், மகிழ்ச்சியான சிறுவனாகிய ராமையா சித்தப்பா, ஒரு அழகான முயல் குட்டியைப் போல தாவித் தாவிச் சென்றுக் கொண்டிருந்தார்.

இயற்கையாகவே சித்தப்பா, கால் தடுமாறிக் கீழே விழுந்துவிட்டார். சிறுவனாகிய அப்பாவும், அவருடைய தம்பிக்குப் பின்னாலேயேதான் ஓடிக்கொண்டு இருந்தார். அவரும் தன்னுடைய, தம்பியின் மேல் தடுக்கி விழுந்தார். அவர்களுக்குப் பின்னால், நெருக்கித் தள்ளிக்கொண்டு, ஓடிய வகுப்பு முழுமையும், அவர்களின் மேல் விழுந்தது. அது மிகவும் கனமாக இருந்தது.

குறிப்பாக எல்லோருக்கும் அடியில் கீழே கிடந்தவர் சிறுவனாகிய ராமையா சித்தப்பாதான், முயல் போல குதித்து வந்துகொண்டிருந்த குட்டிப் பையனாகிய சித்தப்பா, அடிபட்ட எலிகுஞ்சுபோல சத்தமிட்டுக்கொண்டு கிடந்தார். சிறுவனாகிய அப்பாவும், வலி தாங்க முடியாமல் சத்தம் போட்டுக்கொண்டு இருந்தார்.

அவர்களைக் காப்பாற்றுவதற்காக, அந்தச் சமயத்தில், சிறுவனாகிய அப்பாவினுடைய ஆசிரியையும், வேறு பள்ளிக்கூடத்தைச் சேர்ந்த, இரண்டு ஆசிரியர்களும் ஓடி வந்துக்கொண்டு இருந்தார்கள். அவர்கள் நெருக்கித் தள்ளி வந்துகொண்டிருந்த, குழந்தைகளைத் தடுத்து நிறுத்திவிட்டுச் சிறுவனாகிய அப்பாவையும், குட்டிப்பையனான சித்தப்பாவையும் தூக்கிவிட்டார்கள். இருவருமே கீழே கிடந்ததால், உடம்பெல்லாம் வலி கண்டவர்களாகவே, வீட்டிற்கு அனுப்பி வைக்கப்பட்டார்கள். அவர்களைக் கண்டதுமே அத்தை உற்சாகமாகக் கத்தினாள். ''பார்த்தீர்களா? இதற்காகத்தான் நான் உங்களை சினிமா

பார்ப்பதற்குப் போக வேண்டாம் என்று சொன்னேன்!'' என்றாள்.

அதன் பிறகு நீண்ட காலத்திற்கு சினிமா பார்ப்பதற்கு, சிறுவனாகிய அப்பா, அனுமதிக்கப்படவே இல்லை. இறுதியாக, அவரைப் போக விட்டார்கள். அதன் பிறகு அவர் நிறைய படங்கள் பார்த்தார். அவர் இன்னமும் சினிமாவை விரும்புகிறார். அப்பாவைப் போலவே ராமையா சித்தப்பாவும் சினிமாவை நேசிக்கிறார்.

16

சிறுமிகள் அப்பாவின் மனதைப் புண்படுத்தியது எப்படி?

அப்பா சிறுவனாக இருந்தபோது பள்ளிக்கூடம் செல்கையில், வழக்கமாக ஒரே ஒரு விஷயம்தான் தொடர்ந்து நடந்துகொண்டு இருந்தது. காலையில் பள்ளிக்கூட மணி அடிக்கும் போது எல்லா வராண்டாக்களும், நொடிப்பொழுதில் காலியாகி விடும். எல்லாக் குழந்தைகளும், அவரவர் வகுப்பிற்குள் சென்று தங்களுடைய இருக்கைகளில் அமர்வார்கள்.

ஆனால் சிறுவனாகிய அப்பாவோ, வகுப்பறைக்கு வெளியே, முகத்தைத் தொங்கப் போட்டுக்கொண்டு, அழுது வீங்கிய முகத்தோடு சோகமாக நின்றுகொண்டு இருப்பார். அதே சமயம் வகுப்பறைக்குள் இருக்கும் குழந்தைகள் மகிழ்ச்சியாகப் பேசிக் கொண்டும் சிரித்துக்கொண்டும், சந்தோஷமாக இருப்பார்கள்.

ஆசிரியை வகுப்பிற்குள் நுழைந்ததும், குழந்தைகள் மத்தியில், அப்போது என்ன நடந்தது என்பதை அறிந்துகொள்வார்.

சிறுவனாகிய அப்பாவை அன்போடு பார்த்து ஆசிரியை கேட்பார்!. "என்ன? சிறுமிகள் உன் மனதைப் புண்படுத்தி விட்டார்களா?" உடனே சிறுவனாகிய அப்பா, மெதுவாக, அழுதுகொண்டே தலையசைப்பார்.

சிறுமிகள் ஏன் சிறுவனாகிய அப்பாவை அலட்சியமாக நடத்தினார்கள்? அவர்கள் அதை எப்படிச் செய்கிறார்கள்?

அது எல்லாம் மிகவும் சாதாரணமானதுதான். இடைவேளைக்குப் பிறகு, ஒவ்வொருவரும் உள்ளே வருகையில், மூன்று அல்லது நான்கு சிறுமிகள் சிறுவனாகிய அப்பாவினுடைய இடத்தில் உட்கார்ந்து, கூட்டமாகக் கூடிச் சிறுவனாகிய அப்பாவைப் பார்த்து, முடிந்தளவுக்குக் கிண்டலாகச் சிரிப்பார்கள். சிறுவனாகிய அப்பா, மிகவும் வெட்கப்படுபவராகவும், அமைதியானவராகவும் இருந்தார். அப்பாவிற்கு ஏற்கெனவே தெரிந்த ஒரே ஒரு சிறுமி என்றால், அது உமா மட்டும் தான்.

தினமும், சிறுமிகளை விட்டு, விலகிச் செல்லவே சிறுவனாகிய அப்பா முயன்று வந்தார். சீக்கிரமே இதைக் கவனித்த சிறுமிகள், அவரைக் கிண்டல் செய்யத் தொடங்கினார்கள். இப்படியாகத்தான், சிறுமிகள் அப்பாவைக் கேலி செய்வது என்பது தொடங்கியது.

வகுப்பறையில், ஒரு சிறுமிக்கு அருகில், நீங்கள் உட்கார வேண்டி வந்தால், என்ன செய்வீர்கள்? உங்களைப் பொறுத்தவரை, அது அவ்வளவு மோசமானதாக இருக்காது. ஆனால் உங்களது இருக்கையில், சிறுமிகள் நான்கு பேர், உட்கார்ந்துகொண்டு, உங்களைப் பார்த்த மாத்திரத்தில் ஊளையிடுவது என்பது முற்றிலும் வேறு விஷயம். வகுப்பு முழுவதும், அவர்களோடு சேர்ந்து சிரிக்கையில், அது முற்றிலும் தாங்கிக்கொள்ள முடியாததாக இருந்தது.

ஆகவே, சிறுவனாகிய அப்பா, கண்ணீர் பெருக்கெடுத்து ஓட, வகுப்பறைக்கு வெளியிலேயே நின்றுகொண்டு இருப்பார். அவர் மிகவும் வேடிக்கையாகக் காணப்பட்டார்.

மற்றப் பையன்கள், அப்பாவைப் பார்த்துக் கூறுவார்கள்.

நீ ஏன் அவர்கள் மீது கவனம் செலுத்துகிறாய்? உன் இடத்தில் இருந்து, அந்தச் சிறுமிகளை துரத்தி அடி! அவளை வெளியே இடித்துத் தள்ளு! அதை நீ பலமாகச் செய். அப்படி நீ செய்தால், அது அவளுக்கு ஒரு பாடமாக இருக்கும்'' என்றெல்லாம், பையன்கள் சிறுவனாகிய அப்பாவினிடத்தில் சொல்வார்கள்.

அவர்களில், மிகவும் கேலி செய்து சிரித்த ஒரு சிறுமியை, அவர்கள் நெருக்கித் தள்ளுவார்கள். அவள் மிகவும் சுறுசுறுப்பான சிறுமியாக இருந்தாள். அதே சமயத்தில் மிகவும் அன்பான, மிகவும் அருமையான சிறுமியாகவும் இருந்தாள். அவள் பெயர் காவ்யா,

வகுப்பிலுள்ள மற்ற எல்லாச் சிறுமிகளை விடவும், சிறுவனாகிய அப்பா, அந்தச் சிறுமியை அதிகமாக விரும்பியதை, அந்த காவ்யா என்கிற சிறுமியும் அறிந்திருந்தாள். ஒரு வேளை அதற்காகத்தான், அவள் அப்பாவைப் பார்த்து, அப்படி பலமாகக் கேலி செய்து சிரித்திருக்கக் கூடும். ஆனால் அது சிறுவனாகிய அப்பாவை அழ வைத்துவிட்டது.

இந்த நடவடிக்கையைத் தொடர்ந்து பார்த்துக்கொண்டிருந்த, ஆசிரியை, இறுதியில், முற்றிலுமாகச் சலிப்படைந்தார். ஒரு முறை அழுதுகொண்டிருந்த, சிறுவனாகிய அப்பாவைப் பிடித்து இழுத்துக்கொண்டு வகுப்பறைக்குள் நுழைந்து எல்லோரையும் பார்த்து இப்படியாகச் சொன்னார்:

"இந்த வகுப்பில் மொத்தம் பதினாறு சிறுமிகளும், பதினெட்டுப் பையன்களும் இருக்கிறார்கள். ஆனால் இந்தப் பதினாறு சிறுமிகளும், ஒரே ஒரு பையனையே கிண்டல் செய்கிறார்கள். கேள்வி என்னவென்றால், மற்ற பதினேழு பையன்களை, அவர்கள் ஏன் கேலியும், கிண்டலும் செய்வதில்லை.? யார் இதற்கு, எனக்கு

விடை சொல்ல முடியும்?"

ஒவ்வொருவரும் சிரித்தார்கள். பிறகு ஆசிரியை கூறினார்.

"அவர்கள் ஏன் ஒரே ஒரு பையனை மட்டும் கேலி செய்கிறார்கள்? நான் மிகவும் கண்டிப்புடன் கேட்கிறேன், எனக்கு உடனடியாகப் பதில் சொல்லுங்கள்".

எல்லாக் குழந்தைகளுமே அமைதியாக இருந்தார்கள். ஒன்றிரண்டு சிறுமிகள், இளிப்புக் காட்டினார்கள். பையன்களில் ஒருவன் தன்னுடைய கையை உயர்த்திச் சொன்னான்.

"ஏனென்றால், அவன் அழுகிறான்".

"ஆம்! அதுதான் சரி!" என்றார் ஆசிரியை

"நினைவிருக்கட்டும், அழுவதைக் காட்டிலும் சிரிப்பது நல்லது என்பதை நாம் ஒத்துக்கொள்கிறோம்! புரிந்து கொண்டாயா? "என்று சிறுவனாகிய அப்பாவைப் பார்த்துக் கேட்டார்.

மூக்கை உறிஞ்சிக்கொண்டே, சிறுவனாகிய அப்பா, "ஆம்!" என்றார்.

பிறகு, "இதை எப்பொழுதும், நீ நினைவில் வைத்திருக்க, முயற்சி செய். இல்லை என்றால், உன் வாழ்நாள் முழுக்க, சிறுமிகள் உன்னைக் கேலி செய்துகொண்டே இருப்பார்கள்".

அத்தகைய, ஒரு பயங்கரமான விஷயம் தனக்கு நடக்க வேண்டும் என்று சிறுவனாகிய அப்பா விரும்பவில்லை. மறுமுறை சிறுமிகள், அவரது இருக்கையில், அமர்ந்து அவரைப் பார்த்துச் சிரித்தபோது, அவர் அழவில்லை. வரிசையில் வெறுமனே நடந்து போய், எல்லோரிலும், தான் அதிகம் விரும்பிய சிறுமியின் இடத்தில் உட்கார்ந்தார்.

பிறகு ஒவ்வொருவரும் அந்தச் சிறுமியைப் பார்த்துச் சிரிக்கத் தொடங்கிவிட்டார்கள். அவள் அழவில்லை. ஆனால், சிரிப்பதை நிறுத்துவிட்டாள்.

அதன் பிறகு சிறுவனாகிய அப்பாவைக் கேலி செய்வதை அந்தச் சிறுமிகள் நிறுத்தி விட்டார்கள். எல்லோருமே அவருடைய தோழிகளாக மாறிவிட்டார்கள். அதன் பிறகு, சிறுவனாகிய அப்பா பையன்களால் மட்டுமே மனம் புண்படுத்தப்பட்டார். ஆனால் பையன்கள் பையன்களாகத்தான் இருக்கிறார்கள். அவர்கள் ஒவ்வொருவரையும், ஒரே மாதிரி நடத்துகிறார்கள்.

17

அப்பா புலி வேட்டைக்குப் போனது எப்படி?

அப்பா சிறுவனாகப் பள்ளிக்கூடத்திற்குச் சென்றபோது, ஒரு முறை புலி வேட்டைக்குப் போனார். அவர் வேட்டையாடச் சென்ற புலியும், மிகவும் சிறியதாக இருந்தது. அது சிறுவனாகிய அப்பாவோடு, சேர்ந்து பள்ளிக்கூடம் செல்லவில்லை என்றாலும், பள்ளிக்கூட வளாகத்திலேயே அந்த புலி வாழ்ந்தது. ஆம்! அது எல்லாமே இப்படித்தான் நடந்தது.

குளிர்காலம் முடிந்த ஓர் நாளில், பள்ளி முடிந்தபோது, சிறுவனாகிய அப்பாவும், அவருடைய நண்பர்களும், கொஞ்சம் வெயில் படுமிடத்தில், பள்ளிக்கூட வளாகத்தில் அமர்ந்து பேசிக்கொண்டு இருந்தார்கள்.

எல்லா இடங்களிலும் பையன்கள் ஒன்றுகூடினால், என்ன பேசிக்கொள்வார்களோ, அதைப்போல, இவர்கள் ஒரேயடியாக எல்லாவற்றையும் பற்றி பேசிக்கொண்டு இருந்தார்கள்.

நேற்று இரண்டு பையன்களுக்கு இடையில் நடந்த சண்டை பற்றியும், கால் பந்தாட்டத்தில் பிரான்ஸ்க்கு எதிராக, மாடோனா போட்ட சூப்பர் கோல் ஒன்று பற்றியும் நாளைக்கு இத்தாலிக்கும், பிரேசிலுக்கும் நடக்கவிருக்கும் போட்டி பற்றியும், 'பாக்தாத் திருடன்' என்கிற திரைப்படம் பற்றியும், அப்புறம் அவர்களுக்கு விருப்பமான ஐஸ் வகைகள் பற்றியும், பேசிக்கொண்டு இருந்தார்கள்.

மேலும் வரப்போகிற கோடை விடுமுறையில், யாரெல்லாம் எங்கு செல்லப் போகிறோம் என்றும் சிறுவனாகிய அப்பாவும், அவருடைய நண்பர்களும் பேசிக்கொண்டு இருந்தார்கள்.

"கோடை விடுமுறையில் நான் பொள்ளாச்சியில் இருக்கும் எனது அத்தை வீட்டுக்குப் போகப் போகிறேன்" என்றான் ஒரு சிறுவன்.

நான், என்னுடைய அப்பா, அம்மாவோடு ஊட்டிக்குச் செல்கிறேன்'' என்றான் இன்னொரு பையன். இப்படியாக வரப்போகும் விடுமுறை நாட்களை எப்படி எல்லாம் கொண்டாடப் போகிறோம் என்பது பற்றி எல்லாம், அந்தச் சிறுவர்கள் பேசிக்கொண்டு இருந்தார்கள்.

ஆனால், அப்பா ஒரு சிறு புத்தகத்தைப் படித்துக்கொண்டிருந்தார். அது எதைப் பற்றிய புத்தகம் என்று எனக்குத் தெரியாது. ஆனால் பெரும்பாலும் அந்தப் புத்தகம், எதாவது வீரதீர சாகசக் கதைகளைப் பற்றியதாகத்தான் இருந்திருக்கும்.

எல்லாப் பையன்களும் பேச்சை நிறுத்தியபோது, சிறுவனாகிய அப்பா, திடீரென பேச்சைத் தொடர்ந்தார்.

"ம், புலி வேட்டைக்குப் போனால் அருமையாக இருக்கும் இல்லையா!" என்றார் சிறுவனாகிய அப்பா. மற்ற பையன்களும், சிறுமிகளும், வாய்விட்டுச் சிரித்தார்கள்.

காவ்யா கத்தினாள்

"என்னையும், உன்னோடு புலி வேட்டைக்கு அழைத்துச் செல்"

எல்லாப் பையன்களும் கத்தத் தொடங்கினார்கள்.

"என்னையும், டேய்! என்னையும் அழைத்துச் செல்லுடா" என்று எல்லோரும், ஒருவர் மாற்றி ஒருவர் கத்தத் தொடங்கிவிட்டார்கள்.

பிறகு பையன்களில் ஒருவன் பேசினான்.

"நாம் எல்லோருமே போகலாமே, வகுப்பு முழுமையும், நாம் எல்லாருமே போகலாம்" என்றான்.

எல்லோருமே இக்கருத்தை விரும்பினார்கள்.

"ஆனால், அந்தப் புலியை நீ எப்படி வேட்டையாடுவாய்?" என்று துறுதுறுவென இருக்கும் காவ்யா கேட்டாள்.

"அது மிகவும் சுலபமானது" என்றார் சிறுவனாகிய அப்பா.

''முதலில் யானைகளின் மீது ஏறி அமர்ந்துகொண்டு, காட்டிற்குள்ளாகச் சவாரி செய்ய வேண்டும். அது ஒரு அழகிய அடர்ந்த காடு, அந்தக் காட்டில் குரங்குகளும், வாழைப்பழங்களும், கிளிகளும் நிறைந்து இருக்கின்றது".

"ம், நிறைய மரங்களும், மாம்பழங்களும், பலாப்பழங்களும், குயில்களும் கூட அந்த அழகிய காட்டில் இருக்கிறது தெரியுமா? என்று காவ்யா கத்தினாள்.

தொடர்ந்து, அவள் "எங்களுக்குப் புலிகளைப் பற்றிச் சொல்லு என்றாள்.

நான், உங்களுக்கு அவை பற்றிச் சொல்லத்தான், முயன்றுகொண்டு இருக்கிறேன்'' என்றார் சிறுவனாகிய அப்பா. புலி இந்தக் காட்டிற்குள்தான் திரிந்துகொண்டு இருக்கிறது. அது தனது பசியைப் போக்கிக் கொள்வதற்காக, ஒரு யானையைப் பிடிக்கிறது. இதோ..பார், இந்தப் படத்தில் ஒவ்வொன்றும் காட்டப்பட்டிருக்கிறது".

பையன்கள் படத்தை மேலும், கீழுமாகப் பார்த்தார்கள். பிறகு காவ்யா சொன்னாள்.

"எனக்குத் தெரியும், நீ, நீ நீ தான் யானைகளாக இருப்பாய்! நாங்கள் வேட்டைக்காரர்களாக இருப்போம், இந்தப் பள்ளி வளாகம்தான் காடு, ஒவ்வொரு வேட்டைக்காரனும், கையில் துப்பாக்கிக்குப் பதிலாக, ஒரு குச்சியை எடுத்துக் கொள்ளட்டும்" என்றாள், காவ்யா,

பிறகு "எல்லோரும் வேட்டைக்குத் தயாரா?"

"ம், எல்லோரும் யானைகள் மீது ஏறிக்கொள்ளுங்கள். நாம் புறப்படலாம்! அதோ..புலி! அதன் வரிகளைப் பாருங்கள்!" என்று குழந்தைகள் கூச்சலிட்டார்கள்.

''அது வெறும் பூனைக்குட்டியே'' என்றார் சிறுவனாகிய அப்பா.

"பேசாதே! எதைப் பற்றி நீ பேசிக்கொண்டு இருக்கிறாய் என்று உனக்குத் தெரியவில்லை."

''இப்போது எல்லோரும் நான் கூறுவதைக் கேளுங்கள், யானைகளே வேகமாக நடந்து செல்லுங்கள்".

சிறுவனாகிய அப்பா ஒரு வேட்டைக்காரர். அவர் தன்னுடைய யானையின் மீது அமர்ந்து, மற்ற யானைகளையும், அதன் மீது அமர்ந்திருந்த, மற்ற வேட்டைக்காரர்களையும், வெறித்துப் பார்த்துக்கொண்டிருந்த, உடம்பெங்கும் வரிகளோடு இருந்த, அழகான ஒரு சின்னஞ்சிறு பூனையைக் கண்டார்.

இவர்கள் எல்லோரையும் பார்த்த பிறகும், அந்தப் பூனை அங்கிருந்து ஓடிப்போக முயற்சி செய்யாமல் இருந்தது. சிறுவனாகிய அப்பாவிற்கு மிகுந்த ஆச்சர்யமாக இருந்தது. அந்தச் சமயத்தில் காவ்யா "அந்தப் புலியைச் சுடு" என்று சத்தமாகக் கத்தினாள்

குச்சிகளும், கற்களும், அந்த அப்பாவி சின்னஞ்சிறு பூனை மீது கனமழையெனப் பொழிந்தன. தான் என்ன செய்துகொண்டு

இருக்கிறோம் என்று உணர்ந்துகொள்ளும் முன்னரே, சிறுவனாகிய அப்பாவும், தன் கையில் இருந்த குச்சியை அந்தப் பூனை மீது வீசி எறிந்தார்.

அந்தச் சின்னஞ்சிறு பூனைக்குட்டி, பயத்தில் அலறியடித்து ஓடியது. அந்த நேரத்தில் வேட்டைக்காரர்களில் ஒரு பையன் வீசி எறிந்த கற்களில் ஒன்று, அந்தப் பூனையின் தலையைத் தாக்கியது. பூனைக் குட்டி மியாவ் என்றபடியே கீழே விழுந்தது. அதனுடைய கால்கள் நடுங்கிப் பின் அசைவற்றுக் கிடந்தன.

"நாம் புலியைக் கொன்று விட்டோம்!" என்று காவ்யா கத்தினாள். ஆனால் பிறகு பையன்களில் ஒருவன் சொன்னான்.

"பூனைக்குட்டி செத்துவிட்டது"

அதைப் பார்ப்பதற்காக, எல்லோரும் ஓடினார்கள்.

அதனுடைய சின்னஞ்சிறிய மெல்லிய முடிகள் காற்றில் அசைந்தன. ஆனால் அது அசையவில்லை. அந்தப் பூனைக்குட்டி, அடிபட்டும் கொஞ்ச நேரம் உயிருக்குப் போராடிக்கொண்டு இருந்துவிட்டுத் தற்போதுதான் இறந்திருக்கிறது என்பதை அப்பா திடீரென்று புரிந்துக் கொண்டார்.

அது இனி ஒரு போதும், ஓடவோ, தாவிச் செல்லவோ, மற்ற பூனைக்குட்டிகளுடன் விளையாடவோ செய்யாது. அது இனி வளர்ந்து ஒரு போதும், பெரிய பூனையாகாது. அது இனி ஒரு போதும், எலியைப் பிடிக்காது, அடுக்களைக்குள் சென்று, மியாவ் மியாவ் என்று கத்திக்கொண்டு இருக்காது. இப்போது எல்லாமே முடிந்துவிட்டது. ஒரு வேளை, அது புலி வேட்டையாடவே, கொஞ்சம் கூட, ஏன் முற்றிலுமாக விரும்பியிருந்திருக்காது. ஆனால் எவருமே கேட்கவில்லை. செத்துப் போன பூனைக்குட்டியைச் சுற்றிப் பையன்கள் மௌனமாக நின்றார்கள். காவ்யாவும் அமைதியாக நின்றாள்.

பிறகு யாரோ ஒருவர் அழுவதை, சிறுவனாகிய அப்பாவும், அங்கிருந்த மற்றக் குழந்தைகளும் காது கொடுத்துக் கேட்டார்கள்.

"அய்யோ, எனது பூனைக்குட்டி செத்துப்போச்சே, என்னுடைய அழகான சின்னஞ்சிறு பூனைக்குட்டியே" என்று ஒரு சிறுமி அழுதுகொண்டு இருந்தாள். உடனே அந்தப் பூனைக்குட்டியை அப்படியே வாரி எடுத்து, தன்னுடைய வீட்டிற்குத் தூக்கிச் சென்றாள்.

பையன்களும் கூட அவளது வீட்டிற்குச் சென்றார்கள். சிறுவனாகிய அப்பாவும், அவருடைய நண்பர்களும், ஒருவரை ஒருவர் முகம் பார்த்துக்கொள்ள முடியாதபடிக்கு. அவர்கள் மிகவும் வெட்கித் தலை குனிந்துபோனார்கள்.

அப்போதிலிருந்து சிறுவனாகிய அப்பா, ஒரு பூனைக்கோ, நாய்க்கோ, வேறு எந்த விலங்கிற்கோ, தனது வாழ்நாளில் ஒரு போதும் தீங்கு செய்யவில்லை. வரி போட்ட பூனைக்குட்டிக்காக, அவர் இன்னமும் வருத்தப்படவே செய்கிறார்.

18

அப்பா ஒரு படத்தை வரைந்தது எப்படி?

அப்பா சிறுவனாக இருந்தபோது, எப்பொழுதும் எதையாவது வரைந்து கொண்டிருக்கவே விரும்பினார். அடுப்புக்கரியை எடுத்துக்கொண்டு, வீட்டுசுவர் முழுவதும் ஏதாவது வரைந்துக் கொண்டேயிருப்பார். ஒரு நாள் சிறுவனாகிய அப்பா ஒரு வண்டிக்காளையை வரைந்தார். அப்புறம் கறுப்பு நிறத்தில் ஒரு வாழைப்பழத்தை வரைந்தார்.

வீட்டுசுவர் முழுவதையும் சிறுவனாகிய அப்பா, அசிங்கப்படுத்திக்கொண்டு இருப்பதாக தாத்தா நினைத்தார். அதனால் சிறுவனாகிய அப்பாவிற்கு கலர் பென்சில் அடங்கிய பாக்கெட் ஒன்றைத் தாத்தா வாங்கிக் கொடுத்தார். கூடவே ஒரு குயர் ரப் நோட்டு ஒன்றும் வாங்கித் தந்தார்.

அதன் பிறகு சிறுவனாகிய அப்பா, தனது நாட்களை எல்லாம், எதாவது ஒன்றை வரைவதிலேயே கழித்தார். சிறிய கூரைகள் வேய்ந்த குடிசைகளை வரைந்தார். அந்த வீடுகள் வரிசையாக இருப்பதாக, அடுத்தடுத்த வீடுகளையும் அப்பா வரைந்தார்.

ஒவ்வொரு வீட்டிற்கு முன்பாகவும், ஒரு அழகிய வேப்பமரமும், அந்த மரத்தின் மீது, சின்னஞ்சிறு அழகிய பறவை ஒன்றும் இருந்தது. எல்லா வீடுகளுமே சிவப்பாக இருந்தன. எல்லா வீட்டுக்கூரைகளும், மஞ்சள் நிறத்தில் இருந்தன. மரங்கள் அனைத்தும் நீல நிறத்திலும், பறவைகள் பச்சை நிறத்திலும் இருந்தன.. பளபளக்கும் சூரியனோ வெளிர் நீல நிறத்தில் இருந்தது. அதைத் தாங்கிப் பிடித்திருந்த வானமோ, பழுப்பு நிறத்தில் இருந்தது.

கறுஞ்சிவப்பு மற்றும் கறுப்பு நிறத்தில், பழுப்பு நிற வானத்தில் நிலாவும், நட்சத்திரங்களும், வெளிர் நீல சூரியனுக்கு மிக அருகில் மிதந்துகொண்டிருந்தன.

அது பார்ப்பதற்கு மிக அருமையான படமாக இருந்தது. ஆனால் அவரது அந்தப் படத்தைப் பார்த்த எல்லோரும், சிறுவனாகிய அப்பாவிடம், ஒரே ஒரு கேள்வியைத்தான் கேட்டனர்.

“நீல நிறத்தாலான மரங்களையும், பச்சை நிறத்தாலான பறவைகளையும், நீ எங்கே பார்த்தாய்?” என்றுதான், அப்பாவிடம் ஒவ்வொருவரும் கேட்டார்கள்.

அதற்குச் சிறுவனாகிய அப்பா, “இந்தப் படத்தில்தான் பார்த்தேன்” என்று பதில் சொல்வார்.

சிறுவனாகிய அப்பா, பள்ளிக்கூடத்திற்குச் செல்வதற்கு முன்பு, தனக்கு மிக நன்றாக வரையத் தெரியும் என்று நினைத்தார். ஆனால் அவரது பள்ளிக்கூடத்திலும், அவரது வகுப்பறையிலும் இருந்த மற்றவர்கள், வேறுவிதமாக நினைத்தார்கள்.

சிறுவனாகிய அப்பா, அவ்வளவு மோசமாக படம் வரைந்ததற்காக, அவருடைய ஓவிய ஆசிரியர், அவரிடம் ஒரு வார்த்தை கூட பேசவேயில்லை.

மற்றக் குழந்தைகளிடம், ஓவிய ஆசிரியர் சொல்வதுண்டு, அந்தப் படம் நன்றாக இருக்கிறது. அல்லது அது சரியில்லை, அல்லது, இந்தக் கோட்டை நேராக வரை என்றெல்லாம். ஆனால் சிறுவனாகிய அப்பாவிடம் அது சரியில்லை என்றுகூட ஒரு போதும் சொன்னதேயில்லை.

அப்பா அமர்ந்து வரைந்துகொண்டிருக்கும், இடத்தைக் கடந்து போகும்போது கூட, அப்பாவின் படத்தைப் பார்க்கும் அவரது முகமானது, மிகுந்த புளிப்பான ஒரு எலுமிச்சையைத் தின்றுவிட்டதைப் போல, நன்றாகச் சுருங்கி விடும்.

சிறுமிகளில் சிலர், சிறுவனாகிய அப்பாவிற்காக மிகவும் வருத்தப்பட்டார்கள். ஓவிய ஆசிரியர் வேறு பக்கம் திரும்பிக் கொண்டிருக்கும்போது, அப்பாவினுடைய ஓவியப் புத்தகத்தில், எதையாவது, சீக்கிரமாக வரைந்துகொடுப்பார்கள்., அவர்களும், தங்களுக்கு முடிந்த அளவிற்கு மிகவும், சுமாராக வரைந்துகொடுப்பார்கள்; வரைந்து கொடுக்க முயல்வார்கள்.

ஆனால் சிறுவனாகிய அப்பாவைப் போல அவ்வளவு கேவலமாக எவராலும் வரையவே முடியாது. இந்த வித்தியாசத்தை ஓவிய ஆசிரியர் எளிதாகக் கண்டுபிடித்து விடுவார். பிறகு அவர் சிறுவனாகிய அப்பாவிடம் கேட்பார்.

“இதை வரைந்தது யார்?”

சிறுவனாகிய அப்பா, மிகவும் நேர்மையாகப் பதில் சொல்வார்.

“நான் இல்லை”.

“நீ இல்லை என்பதுதான் எனக்கே தெரிகிறதே!” ஆசிரியர் கூறுவார். “ஆனால் உனக்கு யார் உதவி செய்கிறார்கள் என்று நான் அறிந்துகொள்ள விரும்புகிறேன்” இப்படி யாராவது வரைந்துகொடுத்தால், நிச்சயமாக, உன்னால் கற்றுக்கொள்ளவே முடியாது. நீ தானாகவேதான் எல்லாவற்றையும் செய்ய வேண்டும் என்று ஓவிய ஆசிரியர் கூறுவார்.

“இப்போது, இந்தப் படத்தை நானே வரைகிறேன் என்று சிறுவனாகிய அப்பா கூறிவிட்டு, பிறகு எதையாவது வரைவார். ஆனால் ஓவிய ஆசிரியரோ, திரும்பவும் அந்தப் படத்தைப் பார்த்துவிட்டு முகம் சுளிப்பதோடு, மிகுந்த வேதனையும் அடைவார்.

“இது உன்னுடைய ஓவியம்தான் என்பதை, இப்பொழுதுதான் காண முடிகிறது” என்று கிண்டலாகவும் சொல்வார்.

அடுத்து, பள்ளிக்கூடத்தில் நடந்த ஒரு பெற்றோர், ஆசிரியர் கூட்டத்தில், ஓவிய ஆசிரியர் ஒரு சிறு உரை நிகழ்த்தினார். அப்போது அவர் சொன்னது இதுதான்:

“அன்புள்ள, பெற்றோர்களே! இந்த வகுப்பில், ஐந்து மாணவர்கள் நன்றாக ஓவியம் வரைவதில், அருமையான, நிறைய மதிப்பெண்கள் பெற்று இருக்கிறார்கள்”.

பிறகு, அந்த மாணவர்களின் பெயர்களைப் பெற்றோர்களுக்கு முன்பாக வாசித்துக் காட்டினார்.

பெரும்பாலான மாணவர்கள் நல்ல மதிப்பெண்களைப் பெற்றிருக்கிறார்கள். மோசமாகச் செய்யக்கூடியவர்களும், இந்த வகுப்பில் சிலர் இருக்கத்தான் செய்கிறார்கள்.

அவர் மேலும், மூன்று மாணவர்களுடைய பெயர்களைக் குறிப்பிட்டார். பிறகு ஓவிய ஆசிரியர் கூறினார்.

“ஆனால் ஒரு பையன் என்னுடைய வகுப்பில் இருக்கிறான். சொல்லும்போதே அவர் முகம் சுருங்கியது. சிறுவனாகிய அப்பாவின் பெயரைக் குறிப்பிட்டார். “அவன் மிகவும் மோசமாக வரைகிறான் என்பதில்லை விஷயம், அவனிடம் ஏதோ ஒரு கோளாறு இருப்பதாகவே நான் நினைக்கிறேன். அந்தக் கோளாறுதான் படங்களை எப்படி வரைவது என்று கற்றுக்கொள்ள முடியாதபடி அவனைத் தடுக்கிறது”.

இதைக் கேட்டவுடன், பாட்டியும், தாத்தாவும், மிகவும் ஏமாற்றமடைந்து போனார்கள். ஆனால் ஓவிய ஆசிரியர்

சொன்னதுதான், மிகவும் நேர்மையான உண்மையாக இருந்தது. பிறகு, சிறுவனாகிய அப்பா, பள்ளிப்படிப்பைப் முடித்தார். பிறகு அவர் தொழிற்கல்வியை முடித்தார். பின்னர் கல்லூரியிலிருந்து பட்டம் பெற்றார். வேலைக்குச் சென்றார்.

ஆனால் இத்தனை காலத்தில், பூனை வரைவது எப்படி என்பதை மட்டுமே அவர் கற்றிருந்தார். ஆனால் பூனை வரைவது எப்படி என்பதை அப்பா மாத்திரமில்லை, எந்தவொரு குழந்தையும் எளிதாகக் கற்றுக்கொள்ளும். மிகச் சிறிய குழந்தைகளுக்குக் கூட பூனைகளை வரைய முடியும். அவர்களிடமெல்லாம் அப்பா கோபப்பட்டார்.

ஏனென்றால், அவர்களுடைய பூனைகள், அப்பாவினுடையதைக் காட்டிலும் மிக நன்றாகவும், அழகாகவும் இருந்தன.

ஒரு முறை அப்பாவைப் போலவே, மோசமாக ஓவியம் வரைந்த ,ஒரு ஓவியரை அப்பா பார்த்தார். ஆனால் அந்த ஓவியர் சொன்னார்:

“இந்த ஓவியம், நான் எப்படி இந்த முகத்தை, இந்த மரத்தை , இந்தக் குதிரையைப் பார்த்தேனோ, அது போலவே அவற்றை வரைந்திருக்கிறேன்” என்று.

என்ன பரிதாபம் இது. தனது ஓவிய ஆசிரியடாரிடம் இதைச் சொல்ல வேண்டும் என்று சிறுவனாகிய அப்பா, ஒரு போதுமே நினைத்ததில்லை.

19

அப்பா தன்னுடைய ஆசிரியையை ஏமாற்றியது எப்படி?

அப்பா சிறுவனாக இருந்தபோது, தாமதமாகப் பள்ளிக்கூடம் சென்றாலும், அவர் தனது ஆசிரியையைப் பெரிதாக விரும்பினார். வகுப்பில் இருந்த எல்லாக் குழந்தைகளுமே அந்த ஆசிரியையை மிகவும் நேசித்தார்கள்.

அவர் பார்ப்பதற்கு மிக உயரமாக இருந்தார். கொஞ்சம் குண்டாகவும் இருந்தார், பார்ப்பதற்கு அப்படி ஒன்றும் அழகாக இல்லை. எப்பொழுதும் அவர், புடவையே கட்டியிருந்தார். பெரியவர்கள் எல்லோருமே, அந்த ஆசிரியை, அழகாகவே இல்லை என்று சொன்னார்கள்

ஆனால் சிறுவனாகிய அப்பாவும், மற்ற எல்லாக் குழந்தைகளுமே அந்த ஆசிரியையை மிகவும் விரும்பினார்கள். அவர் அழகானவர் என்று நினைத்தார்கள்.

அந்த ஆசிரியையின் பெயர் வசந்தி, அவர் மிகவும் கலகலப்பானவர், நன்றாகப் பாடக்கூடியவர், சமயத்தில், நடனமாடிக்கொண்டே குழந்தைகளுக்குப் பாடியும் காட்டுவார். விலங்குகள் போன்றும், சினிமா நடிகர்கள் போன்றும், தன்னுடைய குரலை மாற்றிப் பேசிக் குழந்தைகளை மகிழ்விப்பார். ஆனாலும் கண்டிப்பானவரும் கூட, எல்லாவற்றிலும் மிகவும் முக்கியமானது. அந்த ஆசிரியை மிகவும் நியாயமானவர் என்பதாகும்,

தங்களோடு, அந்த ஆசிரியை கோபமாக இருந்தால், யாரால், அவர் கோபமடைந்திருக்கிறாரோ, யார் அவரை கோபமடையச் செய்தார்களோ, அவர்கள்தான் உண்மையில் குற்றம் சாட்டப்பட வேண்டியவர்கள் என்று வகுப்பில் இருந்த எல்லாக் குழந்தைகளுமே அறிந்திருந்தனர்.

எந்த ஒரு தகுந்த காரணமுமின்றி, அந்த ஆசிரியை யார் மீதும், ஒருபோதும் கோபப்பட்டதில்லை. வகுப்பில் தனக்கு விருப்பமானவர்கள் என்று யாரையும் அவர் ஒரு போதும்

கருதியதில்லை. தன்னுடைய மாணவர்கள் எல்லோரையும் மிகவும் நேர்மையாகவும் சமமாகவும் கருதினார்.

வீட்டுப்பாடத்தைச் சரியாக செய்யாதபோதோ, வகுப்பில் யாரேனும் சத்தம் செய்தபோதோ, அவர்கள் ஒவ்வொருவர் இடத்திலும், தனித்தனியாக, அந்த ஆசிரியையால் கோபமடைய முடிந்தது. இது வரை எந்தவொரு குழந்தையையும், மற்றவர்களுக்கு மத்தியில் கடிந்து கொண்டதோ, கோபமடைந்ததோ இல்லை. பாராட்டுவதை மட்டுமே அவர் எல்லோருக்கும் பொதுவாகச் செய்தார்.

இருபது ஆண்டுகளுக்கும் மேலாக, அந்த ஆசிரியை குழந்தைகளோடு கற்றல், கற்பித்தல் செயல்பாடுகளில் தன்னை ஈடுபடுத்திக்கொண்டு இருக்கிறார் என்பது எல்லோருக்குமே நன்றாகத் தெரியும்.

தற்பெருமை பேசுபவர்களையும், பிறரைப் பற்றிக் கோள் மூட்டுபவர்களையும், பேராசை பிடித்த குழந்தைகளையும், பொய் சொல்பவர்களையும் அந்த ஆசிரியைக்குச் சுத்தமாகப் பிடிக்காது என்பதும் எல்லாக் குழந்தைகளும், மிகத் தெளிவாகத் தெரிந்து வைத்திருந்தனர்.

வசந்தி டீச்சர் சொல்லித் தரும், பாடங்கள் எப்போதுமே, எல்லாக் குழந்தைகளுக்கும் ஆர்வமூட்டுவதாகவே இருந்தன. இதன் காரணமாக வசந்தி டீச்சரின் வகுப்பில் எல்லாக் குழந்தைகளும் மிகவும் அமைதியாகவே இருந்தனர். ஒரு நாள் யாரோ ஒரு சிறுவன், சிறுவனாகிய அப்பாவின் பின்புறம், ஓர் ஊசியை வைத்துக் குத்திவிட்டான். அது மிகவும் வேதனையாக இருந்தது.

சிறுவனாகிய அப்பா, "அய்யோ என்று கத்திவிட்டார்.

ஆசிரியை கேட்டார்.

"என்ன நடந்தது, ஏன் கத்தினாய்?"

சிறுவனாகிய அப்பா, எதுவுமே சொல்லாமல் அமைதியாக இருந்தார்.

பிறகு 'வகுப்பை விட்டு வெளியேறு' என்று ஆசிரியை கூறினார்.

சிறுவனாகிய அப்பா, எழுந்து கதவை நோக்கி நடக்கத் தயாரானார். அந்தச் சமயத்தில் இரண்டு சிறுமிகள் கத்தினார்கள்.

'டீச்சர், அவனை அன்பரசன் தான் ஊசியால் குத்திவிட்டான்!'

பிறகு வசந்தி டீச்சர் கூறினார்.

"சத்தம் போட்டவனும், ஊசியால் குத்தியவனும், கோள் மூட்டியவர்களும் வகுப்பை விட்டு வெளியேற வேண்டும் என்று நான், இப்போது விரும்புகிறேன். நான் கூறுவதை ஏற்றுக்கொள்கிறீர்களா? என் அன்பான குழந்தைகளே?"

ஒவ்வொரும் கத்தினார்கள்..

"ஆம்! ஏற்றுக்கொள்கிறோம் டீச்சர்"

ஆக, சிறுவனாகிய அப்பாவுடன், அன்பரசனும், அந்த இரண்டு சிறுமிகளும் வகுப்பை விட்டு வெளியேறினார்கள்.

ஆனால் சிறுவனாகிய அப்பா, அழுதுகொண்டே இருந்தார். அவர் மகிழ்ச்சியின்றி மிகவும் கவலையுடன் காணப்பட்டார். ஏனென்றால் சிறுவனாகிய அப்பா, மற்றொரு சிறுவனால் குத்தப்பட்டார். பிறகு வகுப்பறையை விட்டு வெளியேற்றப்பட்டார். ஆனால் அன்பரசனோ, சிறுவனாகிய அப்பாவையும், சிறுமிகளையும் பார்த்துக் கிண்டலடித்துக்கொண்டு இருந்தான்.

ஆனால் அவன் பொய்யாகவே அப்படி செய்துகொண்டு இருந்தான். உண்மையில் அவன் அவ்வளவு மகிழ்ச்சியாக இல்லை என்பதைக் காணும் ஒவ்வொருவராலும் சொல்ல முடியும். சிறுமிகள் சிரிக்கவோ, அழவோ செய்யவில்லை. ஆனால் அவர்கள் மிகவும் வருத்தத்தோடு இருந்தார்கள்.

மறுநாள் சிறுவனாகிய அப்பா, ஒரு பெரிய ஆணியைப் பள்ளிக்கூடத்திற்கு எடுத்து வந்தார். வகுப்பறைப் பக்கம், தன்னுடைய முதுகைத் திருப்பிக்கொண்டு, கரும்பலகையில் எழுதத் தொடங்கி இருந்தார் வசந்தி டீச்சர்.

அந்தச் சமயம் பார்த்து, சிறுவனாகிய அப்பா, தனது பையிலிருந்து, ஆணியை வெளியே எடுத்து, அன்பரசனின் கையில் குத்தினார். அன்பரசன் வலிதாங்க முடியாமல், வாய்விட்டு பலமாகக் கத்தியதைப் பார்த்ததும், சிறுவனாகிய அப்பா வெடவெடத்துப் போனார்.

வசந்தி டீச்சர் மிகவும் கோபமடைந்தார்

அவர் அன்பரசனைப் பார்த்து, "திரும்பவும் நீதானா?" என்றார்.

"ம், இல்லை டீச்சர், நானில்லை, அவன் என்னைக் குத்திவிட்டான்" என்று அப்பாவைப் பார்த்துச் சொன்னான் அன்பரசன். சொல்லிக்கொண்டு இருக்கும்போதே டீச்சர் பார்க்க வேண்டும், என்பதற்காகத் தன்னுடைய கையை நீட்டியபடியே சிணுங்கிக் கொண்டிருந்தான்.

"நேற்று நீ யாரைக் குத்தினாய். இன்று உன்னை யாரோ குத்திவிட்டார்கள். இது மிகவும் அருமையான விஷயம். அன்பரசனைக் குத்தியது யார்?" என்று குழந்தைகளைப் பார்த்துக் கேட்டார். வசந்தி டீச்சர்.

எல்லாக் குழந்தைகளுமே, சிறுவனாகிய அப்பாவை நோக்கித் திரும்பினார்கள். ஆனால் யாருமே ஒரு வார்த்தை கூட பேசவில்லை. யாரும் கோள் சொல்பவர்களாக இருக்க விரும்பவில்லை. அன்பரசன் கூட எதுவுமே பேசவில்லை. அவன் சும்மா, வெறுமனே தேம்பித் தேம்பி அழுதுகொண்டு இருந்தான்.

"சரி, இதை யார் செய்தது?" வசந்தி டீச்சர், தன்னுடைய கண்டிப்பான குரலில் கேட்டார்.

சிறுவனாகிய அப்பா, மிகவும் பயந்துபோனவராய், தானாகவே திடீரென்று எழுந்து நின்று பேசினார்.

"நான் அவனைக் குத்தவில்லை"

பிறகு, ஆசிரியை கேட்டார், "எதைக் கொண்டு நீ அவனைக் குத்தவில்லை"

சிறுவனாகிய அப்பா, வேகமாகப் பதிலளித்தார்.

"இந்த ஆணியால்........"

வகுப்பறை முழுக்கவே சிரிப்பொலி கேட்டது. எல்லாக் குழந்தைகளுமே இதைக் கேட்டதும் வாய்விட்டு, நன்றாக உரக்கச் சிரித்தார்கள். இந்தச் சிரிப்பு சத்தத்தைக் கேட்டுவிட்டு, பக்கத்து வகுப்பில் இருந்த ஆசிரியர் ஒருவர், அப்பாவின் வகுப்பறைக்குள் நுழைந்து கேட்டார்.

"வசந்தி டீச்சர், எதற்காக உங்கள் வகுப்பில் எல்லோரும், இவ்வளவு மகிழ்ச்சியாக இருக்கிறீர்கள்".

ஆசிரியை சொன்னார்.

"நாங்கள் மகிழ்ச்சியாக இருக்கிறோம். ஏனென்றால் ஒரு பையன், இந்த ஆணியால், மற்றவனைக் குத்தவில்லை, மற்றவனும் அதற்காகக் கத்தவில்லை. யாரும் கோள் மூட்டவில்லை, அவர்களது பழைய ஆசிரியையை எவரும் ஏமாற்றவில்லை என்று, வசந்தி டீச்சர் சொல்லிக்கொண்டு இருந்தார்.

பிறகு, எல்லாக் குழந்தைகளுமே மிகவும் வெட்கப்பட்டு, தலை குனிந்து போனார்கள். ஒவ்வொருவரும், சிறுவனாகிய அப்பாவைக் கோபத்தோடு பார்த்தார்கள். அவர் எழுந்து நின்று சொன்னார்.

“நேற்று அவன் என்னைக் குத்தினான். நான் அலறினேன். இன்று நான், அவனைக் குத்தினேன். அவன் அலறினான். நானும் பொய் சொன்னேன்”

பிறகு கொஞ்சம் இடைவெளிவிட்டு, சிறுவனாகிய அப்பா தொடர்ந்தார்.

“இனிமேல் இப்படிச் செய்யமாட்டேன். வசந்தி டீச்சர்”.

“நானும் செய்யமாட்டேன்” என்றான் அன்பரசன். ஆனால், அவன் தன்னுடைய கை முஷ்டியை, சிறுவனாகிய அப்பாவைப் பார்த்து ஆட்டியதால், அவனை யாருமே நம்பவில்லை.

வசந்தி டீச்சர் கூறினார்.

“பொய் பேசுவதை விட, இந்த உலகத்தில் மட்டமானது வேறு எதுவுமேயில்லை”

சிறுவனாகிய அப்பா, திரும்பவும் வசந்தி டீச்சரிடம் ஒரு போதும் பொய் பேசவில்லை. அநேகமாக இல்லைதான்.

20

அப்பா பாம்பைக் கொன்றது எப்படி?

அப்பா சிறுவனாக இருந்தபோது, அவர் ஒரு பாம்பைக் கொன்றார். அந்தச் செயல் நடந்தது இப்படித்தான். ஒரு நாள் பள்ளிக்கூடம் முடிந்ததும் ஆசிரியை சொன்னார்.

"குழந்தைகளே, நாளைக்கு நாம் எல்லோரும், அருகாமையில் இருக்கும், ஒரு காட்டிற்குப் போகிறோம். அங்கு நீங்கள் மிகவும் சுதந்திரமாகத் திரியலாம், களாக்காய், நாவல்பழம், விளாங்காய் போன்ற காட்டுப்பழங்களைப் பறித்துச் சாப்பிடலாம். புல்வெளியில் படுத்து உருளலாம், ஆடலாம், பாடலாம், உங்களுக்குப் பிடித்தமான விளையாட்டுகளை விளையாடலாம். இப்போது சொல்லுங்கள், உங்களில் யாரெல்லாம் காட்டிற்கு வர விரும்புகிறீர்கள்?"

எல்லாக் குழந்தைகளுமே கைகளை உயர்த்தினார்கள். சிறுவனாகிய அப்பாவும் தன்னுடைய கையைத் தூக்கினார்.

பிறகு ஆசிரியை மெலிதாகப் புன்னகைத்துவிட்டுச் சொன்னார்.

"உங்களில் யார் காட்டுக்கு வர விரும்பவில்லை.?"

பிறகு எல்லாக் குழந்தைகளும் கைகளைத் திரும்பவும் உயர்த்தினார்கள். சிறுவனாகிய அப்பாவும், மற்ற குழந்தைகளைப் போல் தானும் செய்தார்.

ஆசிரியை மிகுந்த ஆச்சரியப்பட்டுப் போனார்.

"இது எதைக் குறிப்பதாக அர்த்தம்? முன்பு வருகிறேன் என்று சொல்வதற்கும் கைகளைத் தூக்கினீர்கள். இப்பொழுது வர விருப்பமில்லை என்பதற்கும், கைகளைத் தூக்குகிறீர்கள்" என்று ஆச்சரியத்தோடு கேட்டார் ஆசிரியை.

''காட்டில் நடந்து செல்வதை நீங்கள் எல்லோரும் விரும்புகிறீர்களா? இல்லையா" என்று திரும்பவும் குழந்தைகளைப் பார்த்துக் கேட்டார்.

“நாங்கள் காட்டிற்கு வர விரும்புகிறோம்” என்று ஒருமித்த குரலில் குழந்தைகள் எல்லோரும் கத்தினார்கள்.

‘‘பிறகு எதற்காக வர விரும்பவில்லை என்பதற்காகவும் வாக்களித்தீர்கள்?” என்றார் ஆசிரியை.

யாராலும் விளக்க முடியவில்லை. இறுதியாக ஒரே ஒரு சிறுமி மட்டும் கூறினாள்.

‘‘ஏனென்றால், நாங்கள் எல்லோரும் வாக்களிக்க விரும்புகிறோம்”

இதைக் கேட்டு, ஒவ்வொருவரும் சிரித்தார்கள். ஆசிரியையும் சிரித்தார். பிறகு ஆசிரியை பேசத் தொடங்கினார்.

“என் அன்புக்குரிய குழந்தைகளே!, நீங்கள் எல்லோருமே சிறு பிள்ளைத்தனமானவர்கள். நீங்கள் நாளைக்குக் காட்டிற்கு வரும்போது, உங்களுடன் உணவையும் எடுத்து வர மறந்து விடாதீர்கள். காட்டில் உணவுகள் விற்கப்படுவதில்லை” என்று குழந்தைகளைப் பார்த்துச் சொல்லி முடித்தார் ஆசிரியை.

பிறகு வகுப்புக் கலைந்தது.

எல்லாக் குழந்தைகளுமே தங்களுடைய புத்தகப் பையை எடுத்துக்கொண்டு எழுந்தனர்.

திடீரென சிறுவனாகிய அப்பா தன்னுடைய கையை உயர்த்தினார்.

“இப்போது, என்ன விஷயம்? எதற்காகக் கையைத் தூக்கினாய்?” என்று ஆசிரியை கேட்டார்? சிரித்துக்கொண்டே, “நீ உண்மையாகவே வாக்களிக்க விரும்புகிறாய் இல்லையா?” என்றார்.

உடனே சிறுவனாகிய அப்பா, “நான் ஒரு மண்வெட்டியை எடுத்துக்கொண்டு வர விரும்புகிறேன். அதற்கு அனுமதி தருவீர்களா?” என்று ஆசிரியையிடம் கேட்டார்.

பிறகு ஆசிரியை கூறினார்.

‘‘நீங்கள் எல்லோரும் வாக்களிப்பதற்கு அதிகமாக விரும்புகிறபடியால், இந்தக் கேள்வி குறித்தும், நாம் வாக்கெடுப்பு நடத்துவோம். தன்னுடன் மண்வெட்டியை இவன் எடுத்துக்கொண்டு வரும்படி யாரெல்லாம் கூறுகிறீர்கள்?” என்றார் ஆசிரியை.

எல்லாக் குழந்தைகளுமே கைகளை உயர்த்தினார்கள்.

“இது ஒரு மனதான முடிவு. நல்லது” என்றார் ஆசிரியைஆக சிறுவனாகிய அப்பா, தன்னுடைய மண்வெட்டியைக் காட்டிற்கு

எடுத்துச் சென்றார். ஏனென்றால், அவர் இன்னமும் மிகச் சிறு பையனாகவே இருந்தார். தன்னுடைய மண்வெட்டியை அவர் பெரிதும் விரும்பினார். அதை கூடவே, காட்டிற்கு எடுத்துச் செல்வதற்காகத், தனக்கு ஒவ்வொருவரும் வாக்களித்தது குறித்து, சிறுவனாகிய அப்பா மிகவும் மகிழ்ச்சி அடைந்தார்.

காட்டில் மிக அருமையாக இருந்தது. மரங்கள் எல்லாம் மிகவும் உயரமாகவும், பசுமையாகவும் இருந்தன. குட்டைக் குட்டையான மரங்களும், நிறைய இருந்தன. காட்டின் எங்கோ ஒரு இடத்தில் இருந்து, முகம் காட்ட விரும்பாத ஒரு பறவை, ஏதோ பாடிக்கொண்டு இருந்தது. இளம் புற்கள் ,அத்தனை பசுமையாகவும், அழகாகவும் வளர்ந்திருந்தன. இதை எல்லாம் சிறுவனாகிய அப்பா வியப்போடு பார்த்தார்.

“குழந்தைகளே! இந்த மரத்தைப் பாருங்கள்'' என்று ஒரு மரத்தைக் காட்டி ஆசிரியை சொன்னார். “இது என்ன வகையான மரம் என்று உங்களில் யாருக்கேனும் தெரியுமா?”

“இது ஓர் பழமையான ஆலமரம், ஆலமரம்” என்று எல்லாக் குழந்தைகளும் கத்தினார்கள்.

ஏற்கெனவே வகுப்பறையில் வாக்களிப்பதற்கு விரும்பிய சிறுமியான, சௌமியா கூறினாள்.

“பழைய, உறுதியான, ஆலமரம் என்று, அவள் எதற்காக இதைச் சொன்னாள், என்று யாருமே புரிந்துகொள்ளவில்லை. ஆசிரியை கூட ஆச்சர்யப்பட்டது போல காணப்பட்டார். பிறகு ஆசிரியை கேட்டார்.

“இது என்ன மரம்?”

ஒவ்வொருவரும் திரும்ப கத்தினார்கள்.

“இது ஒரு சிறிய நுனா மரம்”

ஏதோ சொல்வதற்காக, சௌமியா தன்னுடைய வாயைத் திறந்ததைச் சிறுவனாகிய அப்பா பார்த்துவிட்டு, மெதுவாகச் சொன்னார்.

“இது பழைய, உறுதியான நுனாமரம்” என்று..

சௌமியா வருத்தமடைந்தாள். சிறுவனாகிய அப்பாவைப் பார்த்துப் தனது நாக்கை நீட்டிப் பழிப்பு காட்டினாள்.

பிறகு சிறுவனாகிய அப்பா உரக்கச் சொன்னார்.

“இது பழமையான உறுதியான நாக்கு !”

இதைப் பார்த்து எல்லாக் குழந்தைகளுமே சிரித்தார்கள். ஆனால் ஆசிரியை கூறினார்.

"பாடத்தில் குறுக்கிட்டால், எந்தக் குழந்தையாக இருந்தாலும், அவர்களைக் காட்டை விட்டுப் போகும்படி நான் கேட்டுக்கொள்ள வேண்டி வரும்".

அவ்வளவு கண்டிப்பாக ஆசிரியை சொன்னதால், ஒவ்வொருவரும் மௌனமாகிவிட்டார்கள். ஆசிரியை அவராகச் சிரித்துக்கொண்டார்.

பின்னர், தமிழகத்தின் பல பகுதிகளிலும் உள்ள காடுகளில் வளரும் மரங்களைப் பற்றியும், மேற்குத் தொடர்ச்சி மலைப் பகுதியிலும், கிழக்குத் தொடர்ச்சி மலைப் பகுதிகளில் வளரும் மரங்கள், அங்கு வாழும் பறவைகள், விலங்குகள் பற்றியும், ஆசிரியை குழந்தைகளிடம் சொல்லிக்கொண்டிருந்தார்.

பிறகு யாரோ ஒரு குழந்தை, ஒரு பெண் பொன்வண்டைப் பார்த்து விட, எல்லோரும் பாடத் தொடங்கினார்கள்.

"பெண் பொன் வண்டே, பெண் பொன் வண்டே.....

இங்கிருந்து பறந்து போ

உனது இல்லமோ, அதோ அந்தச் செடியில் இருக்கிறது".

ஆனால் பெண் பொன் வண்டு, அங்கிருந்து பறந்து போக விரும்பவில்லை.

பிறகு ஒவ்வொருவரும், தங்களுடைய மதிய உணவு பற்றி நினைத்து, அப்போதுதான் பசியை உணர்ந்தார்கள். காட்டின் வெளியில் சுகமான காற்றில், மரங்களின், இலைகளின் சலசலப்பில் அமர்ந்து எல்லோரும் ஒன்றாகச் சாப்பிடுவது என்பது குழந்தைகள் எல்லோருக்கும் வேடிக்கையாக இருந்தது. ஒரு பெரிய மரத்தின் அடியில் அமர்ந்து, தாங்கள் கொண்டு வந்திருந்த உணவுகளைத் தங்களுக்குள்ளாகப் பரிமாறிக்கொண்டு சாப்பிட்டார்கள்.

ஆசிரியையும், தான் குழந்தைகளுக்காகக் கொண்டு வந்திருந்த பலகாரத்தை எடுப்பதற்காகப் பாத்திரத்தைத் திறந்தபோது, எல்லாக் குழந்தைகளும் மகிழ்ச்சியில் கைத்தட்டி உற்சாகமானார்கள்.

திடீரென்று யாரோ ஒருவன் அலறினான்.

"அங்கே பாம்பு, அங்கே பாம்பு"

காவ்யா அலறிக்கொண்டு இருந்தாள். சிறுவனாகிய அப்பாவுக்கு அடுத்துப் புல் தரையில் உட்கார்ந்திருந்தாள் காவ்யா. அவள்

திடீரென குதித்தெழுந்து, நின்று, தொடர்ந்து உரக்கத் கத்தத் தொடங்கினாள்.

"காப்பாத்துங்க, அய்யோ, அம்மா, அங்கே பாம்பு, அங்கே பாம்பு"

சிறுவனாகிய அப்பாவும் கூட பயத்தில் அலறியடித்துக்கொண்டு, எழுந்துவிட்டார். காவ்யாவிற்கு அருகில் ஒரு பழுப்பு நிற பாம்பு ஊர்ந்துகொண்டு இருப்பதைச் சிறுவனாகிய அப்பா, பார்த்து விட்டார். ஒரு பாம்பை தனது வாழ்நாளில் இப்போதுதான் முதன் முறையாகப் பார்த்தார்.

மிகவும் பயந்து போன அவர், தைரியத்தை வரவழைத்துக்கொண்டு, தன்னுடைய வலிமையெல்லாம் ஒன்று சேர்த்து, அந்தப் பாம்பை அடித்தார். தன்னுடைய கூர்மையான மண்வெட்டியால், பாம்பை அடித்து, அதை இரண்டு துண்டுகளாக்கினார். இரு துண்டுகளுமே தனித்தனியாக ஊர்ந்து செல்லத் துவங்கின. காவ்யா தொடர்ந்து அலறிக்கொண்டு இருந்தாள். இப்போது எல்லாச் சிறுமிகளுமே அலறிக்கொண்டு இருந்தார்கள்.

ஆனால் ஆசிரியை அலறவில்லை. அவர் சிறுவனாகிய அப்பாவை மிகுந்த ஆர்வத்தோடு பார்த்துக்கொண்டு இருந்தார். சிறுவனாகிய அப்பா கடுமையாக வேலை செய்து கொண்டு இருந்தார். முதலில் இரண்டை, நான்கு பாம்புகளாக்கினார். பின்னர் அவற்றை எட்டாக்கினார். இன்னும் கொஞ்ச நேரம் போனால், அதை அவர் பதினாறாகவோ, முப்பத்திரண்டாகவோ ஆக்கி இருக்கக் கூடும். ஆனால் ஆசிரியை சிறுவனாகிய அப்பாவிடம் வந்து, அவருடைய கையை இறுக்கமாக பிடித்துக்கொண்டு கூறினார்.

"அது போதும்! இது ஓலைப்பாம்பு, விஷப்பாம்பு இல்லை, ஓலைப்பாம்புகள் மிகவும் நல்லவை!"

துண்டு போடுவதைச் சிறுவனாகிய அப்பா நிறுத்தினார். சிறுமிகளும் அலறுவதை நிறுத்தினார்கள். ஆனால் காவ்யா அலறுவதை நிறுத்தவில்லை.

"இது ஓலைப்பாம்பு, ஓலைப்பாம்பு" என்று காவ்யா கூச்சலிட்டாள்.

இதற்குள்ளாக எல்லாப் பையன்களும் சத்தம் போட்டுக்கொண்டு இருந்தார்கள்.

"காப்பாத்துங்க, உதவி, காப்பாத்துங்க, உதவி செய்யுங்க", என்று அவர்கள் கத்தினார்கள். "உதவி, அம்மா, அப்பா, உதவி, உதவி பாம்பு பாம்பு"

"எல்லோரும் கொஞ்சம் அமைதியாக இருங்கள்!" ஆசிரியை சொன்னார்.

இறுதியாக எல்லோரும் மௌனமான பிறகு, மென்மையான குரலில் ஆசிரியை பேசத் தொடங்கினார். ஓலைப்பாம்புகள் விஷத்தன்மையற்றவை. அவை பயனுள்ளவை, அவற்றை நீங்கள் கொல்லக் கூடாது. விஷப்பாம்பிலிருந்து, விஷமற்ற நன்மை செய்யும் பாம்புகளை நீங்கள் வேறுபடுத்தித் தெரிந்துகொள்ள வேண்டும். இப்போது அதை நினைவு வைத்திருங்கள்".

மேலும், ஆசிரியை, "எதற்காக நீங்கள் இப்படி அலறிக்கொண்டு இருக்கிறீர்கள் என்பதை அறிந்துக்கொள்வதற்கு முன்னால், இது போன்று அற்பத்தனமாக ஒரு போதும் அலறக்கூடாது. மேலும் அது ஒரு விஷப்பாம்பு என்று நினைத்து, அங்கிருந்து பயந்து, ஒருவன் ஓடிப் போகவில்லை.

ஆனால் நின்று தனது நண்பர்களைப் பாதுகாத்து இருக்கும், அவனைப் பார்த்துச் சிரிப்பதில், எந்தவொரு அர்த்தமும் இல்லை. உண்மையில் இந்தப் பாம்பை, நூறு துண்டுகளாக வெட்ட வேண்டிய அவசியமும், இல்லவே இல்லை'' என்று மிகவும் அமைதியாகப் பேசினார் ஆசிரியை.

பிறகு ஒவ்வொருவரும், சிறுமிகளும், பையன்களும் சேர்ந்தே சிரித்தார்கள். தன்னுடைய மண்வெட்டியைக் காட்டில், புதருக்குள்ளாக வீசி எறிந்தார் சிறுவனாகிய அப்பா. அதன் பிறகு நீண்ட காலத்திற்குப் பள்ளிக்கூடத்தில் உள்ள எல்லோரும், அவரைப் பார்த்து, "உதவி, அதோ ஓலைப்பாம்பு, ஓலைப்பாம்பு" என்று தொடர்ந்து கத்தினார்கள். ஆனாலும் காவ்யாவைத்தான் அவர்கள் அனைவரும் கிண்டலடித்திருக்க வேண்டும் என்பதைச் சிறுவனாகிய அப்பா உணர்ந்தார்.

அதுதான் அவர் கொன்ற கடைசிப் பாம்பு.

21

அப்பா இரண்டு கட்டுரைகளை எழுதியது எப்படி?

அப்பா சிறுவனாக இருந்தபோது, அவரது நண்பர்களில் ஒருவன் வைர யோகேஸ்வரன். சிறுவனாகிய அப்பாவின் வீட்டிற்கு அடுத்த வீடுதான் யோகனுடைய வீடு. அவர்கள் இருவரும் எப்பொழுதும் ஒன்றாகச் சேர்ந்தே பள்ளிக்கூடம் போவார்கள். சேர்ந்தே வீட்டிற்கும் திரும்பி வருவார்கள். பள்ளிக்கூடத்தில் ஒரே பெஞ்சில்தான் இருவரும், உட்கார்ந்தார்கள்.

வகுப்பில் மற்ற குழந்தைகளைக் காட்டிலும், மிக எளிதாகவும், சீக்கிரமாகவும் கணக்குகளையும், அதற்கான விடைகளையும் யோகனால் செய்ய முடிந்தது. சிறுவனாகிய அப்பாவிற்கு அவன் கணக்குப் பாடத்தில் உதவி செய்வான். பாடல்களை மனப்பாடம் செய்வதற்கும், கட்டுரைகள் எழுதுவதற்கும், சிறுவனாகிய அப்பா, யோகனுக்கு உதவி செய்தார். இருவருமே ஒருவருக்கொருவர் உதவி செய்துக்கொள்வதில் பெரிதும், மகிழ்ச்சி அடைந்தார்கள்.

சிறுவனாகிய அப்பாவும், யோகனும் சண்டையிட்டுக் கொண்டாலும், அவர்களுக்குள் மட்டுமே சண்டையிட்டுக் கொள்வார்கள்.

ஒரு நாள் ஆசிரியை, "கோடை விடுமுறையை நான் எப்படி கழித்தேன்" என்ற தலைப்பில் ஒரு கட்டுரையை, அடுத்த நாள் வரும்போது எழுதி வரும்படி எல்லாக் குழந்தைகளையும் பார்த்துச் சொன்னார்.

"என்ன எழுதுவதென்று எனக்குத் தெரியவில்லை" என்று யோகன், சிறுவனாகிய அப்பாவிடம் கூறினான்.

"கோடை விடுமுறையை நீ எங்கே கழித்தாய்?" என்று சிறுவனாகிய அப்பா கேட்டார்.

"நான் என் பாட்டியின் கிராமத்தில்தான் இருந்தேன்" என்றான் யோகன்

“சரி, நீ உன் பாட்டியின் கிராமத்தைப் பற்றி எழுது” என்றார் அப்பா.

“நான் அது பற்றி என்ன எழுதுவது”

“நீ அங்கு என்ன செய்தாயோ, அதைப் பற்றி எழுதலாம் தானே” என்றார் சிறுவனாகிய அப்பா,

“குறிப்பாக ஒன்றுமில்லை, பாட்டியோடு வயலுக்குச் சென்றேன், அங்குள்ள சிறுவர்களோடு குளத்திற்கு குளிக்கச் சென்றேன். நீச்சலடித்தேன். ஒரு சின்ன ஓடையில், அவர்களோடு சேர்ந்து மீன் பிடித்தேன். அப்புறம் மாடுகளைப் பிடித்துக்கொண்டு, கால்நடையாக மேய்ச்சலுக்குக் கொண்டு போனேன்” என்றான் யோகன்.

“அப்புறம் என்ன? அதைப் பற்றித்தான் நீ எழுத வேண்டும்” என்றார் சிறுவனாகிய அப்பா.

சற்று நேரத்தில் எல்லாம் யோகனின் கட்டுரை தயாராகி விட்டது. அதை அவன் சிறுவனாகிய அப்பாவிடம் காட்டினான். அவன் எழுதியிருந்தது இதுதான்.

கோடை விடுமுறையை நான் எப்படிக் கழித்தேன்

கோடை விடுமுறையை எனது பாட்டியின் சொந்த கிராமமான தேர்போகியில், என் பாட்டியுடனும், அங்கிருந்த சிறுவர்களுடனும் கழித்தேன். பையன்களுடன் குளத்திற்குக் குளிக்கவும் சென்றேன். அற்புதமாக நீச்சலடிப்பது எப்படி என்றும் அவர்களிடம் நான் கற்றுக்கொண்டேன். கோடையில் கிராமம் முழுக்க அருமையாக இருந்தது.

இப்படிக்கு
வைர யோகேஷ்வரன்

இதைப் படித்துப் பார்த்த சிறுவனாகிய அப்பா, “யோகனிடம் இது கட்டுரை இல்லை” என்று கூறினார்.

உன்னுடைய பாட்டியைப் பற்றி எழுது, உன் பாட்டிக்கு என்னப் பிடிக்கும், உன் பாட்டி என்ன மாதிரியான பாடல்களை உனக்குப் பாடி காட்டினார். அவர் எப்படி கஷ்டப்பட்டு உழைக்கிறார் என்பதைப் பற்றி எல்லாம் எழுது..” என்றார் சிறுவனாகிய அப்பா.

“அவர் பாடவில்லை, எனக்கு நிறைய பேய்க்கதைகள், அப்புறம், தெனாலி எத்தன் கதைகளையும் கூறினார், என்றான் யோகன்.

“சரி, பிறகு, அந்தப் பேய்க் கதைகளைப் பற்றி எழுது, இல்லை என்றால், அங்குள்ள பையன்களைப் பற்றி எழுது, நீ குளிக்கப் போனாயே, அந்தக் குளத்தைப் பற்றி எழுது, இல்லை என்றால் நீ நீச்சல் கற்றுக்கொண்டதைப் பற்றி எழுது” என்றார் சிறுவனாகிய அப்பா.

“எனக்கு எப்படி எழுதுவதென்றே தெரியவில்லை” என்றான் யோகன்.

‘உன்னிடம் நான் என்ன சொல்கிறேனோ, அதை நீ பிறகு எழுதுகிறாயா?' என்று சிறுவனாகிய அப்பாவிடம் கேட்டான், யோகன்.

பிறகு யோகன், சிறுவனாகிய அப்பாவிடம், தன்னுடைய பாட்டியைப் பற்றியும், அங்குள்ள பையன்கள் பற்றியும், குளத்தைப் பற்றியும், வயல்களைப் பற்றியும், எல்லாவற்றைப் பற்றியும் கூறினான். சிறுவனாகிய அப்பா, ஒரு நீண்ட கட்டுரையை எழுதினார். மிகவும் சிரமப்பட்டுத்தான் எழுத முயன்றார். கட்டுரை மிகவும் நன்றாக இருந்தது. யோகன் மிகவும் மகிழ்ச்சி அடைந்தான்.

“நான் அதைத் திரும்ப எழுதுகிறேன், அதற்கிடையே, உனது சொந்தக் கட்டுரையை நீ எழுத ஆரம்பி, நேரமாகிக்கொண்டே போகிறது” என்றான் யோகன்.

யோகன் கிளம்பிய பிறகு, தனது சொந்தக் கட்டுரையை எழுதுவதற்காகச் சிறுவனாகிய அப்பா உட்கார்ந்தார். ஆனால் அவருக்கு, அது மிகவும் கஷ்டமாக இருந்தது.

ஒரே சமயத்தில், ஒரே விஷயத்தைப் பற்றி இரண்டு முறை எழுதுவது என்பது ஒன்றும் அவ்வளவு எளிமையான விஷயமில்லை. சிறுவனாகிய அப்பாவும் கூட, தன்னுடைய கோடை விடுமுறையை, அவருடைய சொந்தக் கிராமத்தில்தான் கழித்திருந்தார். அவரும் வயலுக்கும், குளத்திற்கும் சென்றிருக்கிறார். குளத்தில் நீச்சலடித்திருக்கிறார். ஆனால் அவை எல்லாவற்றையும் பற்றி, யோகனுடைய கட்டுரையிலேயே அவர் எழுதி விட்டார்.

இப்போது ,அவருக்கு இருந்த ஒரே சிந்தனை எல்லாம், யோகனுக்கு எழுதிக் கொடுத்ததைப் போல் அல்லாமல் வேறு ஒரு கட்டுரை எழுத வேண்டும் என்பதுதான். இல்லை என்றால், அவர் இரண்டு கட்டுரைகளையும் எழுதி இருக்கிறார் என்று ஆசிரியை சந்தேகிக்கக் கூடும். இதற்குள்ளாக, தன்னுடைய கட்டுரை, நன்றாக இருக்குமா? இருக்காதா? என்றெல்லாம், கவலைப்படவில்லை.

யோகனுடைய கட்டுரையைபோல் இல்லாத, வேறு ஒரு கட்டுரையை சிறுவனாகிய அப்பா எழுதினார். உண்மையில் அவருடைய ஆசிரியை நினைத்தது போல, அது ஒரே மாதிரியாக இல்லை.

ஆசிரியை, அவர்களுடைய கட்டுரை நோட்டுகளைக் கொடுத்த போது கூறினார்.

''இதோ உங்களுடைய கட்டுரைகள், குழந்தைகளே எல்லாவற்றிலும், யோகனுடைய கட்டுரை நன்றாக இருக்கிறது. இந்தக் கட்டுரையை நான் உரக்கப் படிக்கிறேன்"

யோகனுக்காக சிறுவனாகிய அப்பா எழுதிய முதலாவது கட்டுரையை ஆசிரியை வாசித்தார்.

"அருமை யோகன், மிக அருமையாக எழுதி இருக்கிறாய்.. படிக்கப்படிக்க ஆர்வமூட்டுவதாக இருக்கிறது உன்னுடைய கட்டுரை, நன்றாக எழுதப்பட்டுள்ளது, பிழைகளே சுத்தமாக இல்லை. நீ அதிசயமான பாட்டியையும், நல்ல நண்பர்களையும் பெற்றிருக்கிறாய்!"

இதைக் கூறிக் கொண்டிருக்கும்போதே, ஏதோ இனம் புரியாத காரணத்தினால், சிறுவனாகிய அப்பாவை ஆசிரியை உற்றுப் பார்த்தார். யோகனோ, கொஞ்சம் சங்கடமாகிப் போனான். தான் செய்யாத ஒரு வேலைக்காகத், தான் புகழப்படுவதை யோகன் விரும்பவேயில்லை.

பிறகு ஆசிரியை கூறினார்.

இப்போது மிக மோசமான "கட்டுரையை நான் படிக்கிறேன்". இரண்டாவது முறையாக, சிறுவனாகிய அப்பா, எழுதியிருந்த கட்டுரையை ஆசிரியை வாசித்தார். இப்போது சிறுவனாகிய அப்பா சங்கடப்பட்டார். தனது பிழையில்லாத ஏதோ ஒன்றுக்காகத் தான் கடிந்து கொள்ளப்படுவதை சிறுவனாகிய அப்பா விரும்பவில்லை. அவர் வெட்கப்பட்டு நாணிக் குறுகிப் போனார்.

அப்பாவினுடைய கட்டுரையை வாசித்து முடித்துவிட்டு, ஆசிரியை, சிறுவனாகிய அப்பாவைப் பார்த்துச் சொன்னார்.

"அடுத்த முறை நீ நன்றாக எழுதுவாய் என்று நம்புகிறேன். அதே போல யோகனும் மோசமாக எழுத மாட்டான், என்ன தெளிவாகி விட்டதா? உனக்குப் புரிகிறதா யோகன்?'' என்று ஆசிரியை கேட்டார்.

"ஆமாம்!" என்று யோகன் மெதுவாகச் சொன்னான்.

வெட்கப்பட்டபடியே இருவரும், அருகருகே அமர்ந்தார்கள். குழந்தைகள் எவராலும், இதுவரை நடந்த ஒன்றையும் அறிந்துகொள்ள முடியவில்லை. என்ன நடந்து என்பது பற்றியும் சிறுவனாகிய அப்பாவும், அவரது நண்பன் யோகனும் பேசவில்லை. ஆனால் அப்போதிருந்து, சிறுவனாகிய அப்பா தன்னுடைய கணக்கைத் தானாகவே செய்யத் தொடங்கினார். யோகனும் தனது கட்டுரைகளை அப்பாவின் உதவியின்றி எழுதுவதற்குத் தொடங்கினான். ஆரம்பத்தில் சிறுவனாகிய அப்பா பல தவறுகள் செய்தார்.

யோகனுடைய கட்டுரைகளும், மிக நன்றாக இல்லை என்றாலும் ஆனால் இருவரும் ஓரளவிற்கு முன்னேறிச் சென்றுகொண்டு இருந்தார்கள். தங்களுடைய காரியங்களைத் தாங்களே செய்யவில்லை என்றால், தங்களால் ஒரு போதும் கற்றுக்கொள்ள முடியாது என்பதை இருவருமே புரிந்துகொண்டார்கள். ஆனால் அதன் பிறகும் பல ஆண்டுகளுக்கு அவர்கள் ஒரே பெஞ்சையே பகிர்ந்துகொண்டார்கள்.

■

www.ingramcontent.com/pod-product-compliance
Lightning Source LLC
LaVergne TN
LVHW040754051026
849519LV00007BA/2550
* 9 7 8 9 3 8 3 6 6 1 2 3 7 *